ఏడు గంటల వార్తలు

మరికొన్ని విదేశీ కథలు

కొల్లూరి సోమ శంకర్

కొల్లూరి సోమశంకర్

కొల్లూరి సోమశంకర్ 2001 నుంచి కథలు రాస్తున్నారు. 2002 నుంచి హిందీ, ఇంగ్లీష్ నుంచి తెలుగులోకి కథలను అనువదిస్తున్నారు. మంచి కథలు ఎక్కడ చదివినా, వాటిని తెలుగులోకి అనువదించడానికి ప్రయత్నిస్తుంటారు.

సోమ శంకర్ తెలుగు కథలను హిందీలోకి, హిందీ, ఇంగ్లీషు భాషలనుండి తెలుగులోనికి అనువదించారు. కేవలం కథలే కాక 'ది అడ్వెంచర్స్ ఆఫ్ పినోకియో' అనే పిల్లల నవలను 'కొంటెబొమ్మ సాహసాలు' అనే పేరుతోను, వినయ్ జల్లా ఆంగ్లంలో రాసిన 'వార్ప్ అండ్ వెఫ్ట్' అనే నవలని 'నారాయణీయం' అనే పేరుతోను, అజిత్ హరిసింఘానీ రచించిన ట్రావెలాగ్ 'వన్ లైఫ్ టు రైడ్'ను 'ప్రయాణానికే జీవితం' అనే పేరుతోను, అమర్త్యసేన్ వ్రాసిన 'ది ఐడియా ఆఫ్ జస్టిస్' అనే పుస్తకాన్ని, మరో నాలుగు పుస్తకాలను తెలుగులోనికి అనువదించారు.

అనువాద కథలతో 'మనీప్లాంట్', 'నాన్నా తొందరగా వచ్చేయ్!' అనే సంపుటాలను వెలువరించారు. ఇంకా "వెదురు వంతెన" అనే ఈ-బుక్‌ను వెలువరించారు. సొంత కథలతో 'దేవుడికి సాయం' అనే పుస్తకం ప్రచురించారు.

ఏడు గంటల వార్తలు

(మరికొన్ని విదేశీ కథలు)

కొల్లూరి సోమ శంకర్

ఏడు గంటల వార్తలు

(మరికొన్ని విదేశీ కథలు)

Edu Gantala Vaarthalu

(Foreign short stories in Telugu)

By Kolluri Soma Sankar

© Telugu Version: Kolluri Soma Sankar
© Original Stories: Respective Individual Authors

First Edition: November 2019
No. of Copies: 500

Published by: Kolluri Soma Sankar
1-30-28, Tirumalanagar, Kanajiguda, Secunderabad - 500015
Phone: +919948464365, email: somasankar@gmail.com

Typesetting: Kolluri Soma Sankar

Copies: **All Leading Book Shops**
and with the publisher.

For eBook: **www.kinige.com**

Printed at:
Rainbow Print Pack,
Ameerpet, Hyderabad 500016
Ph: 040-23731620, 23741620

₹120/-

ఇందులో....

జీవితమే ఒక కథనరంగం! – దాసరి ఆమరేంద్ర   vi
నా మాట.....   xi

***

జీవితమే ఒక కథనరంగం!

వ్యసనాలన్నీ చెడ్డవి కానవవసరం లేదు.

కొన్ని కొన్ని మంచి వ్యసనాలు కూడా ఉంటాయి.

ఆపకుండా పుస్తకాలు చదవడం అలాంటి ఒక మంచి వ్యసనం.

కంటికి కనిపించిన మంచి మంచి పరభాషా కథలనల్లా తన భాషలోకి అనువదించి తనవాళ్ళకు అందించాలన్న తపన ఉంది చూసారూ – అది అచ్చమైన సద్వ్యసనం!

ఇది నాకు బాగా తెలుసు – నాకా అలవాటు ఉంది గాబట్టి.

అలాంటి సాటి వ్యసనపరుడు కొల్లూరి సోమ శంకర్.

కనిపించిన మంచి కథనల్లా తెలుగు చేసేయాలన్న కోరిక – తపన – పిపాస. ఆ పిపాసకి సరిజోడుగా అనువాదం చెయ్యగల శక్తి. వెరసి, వందను దాటిన అనువాద కథలు... కొన్ని ఇతర దేశాల కథలు.

అందులోంచి ఏరి మాల గుచ్చితే – ఇదిగో ఈ పధ్నాలుగు పరదేశాల కథల 'ఏడు గంటల వార్తలు'.

నాలుగయిదు పేజీల చిన్న కథలు కొన్ని. పదిహేను పేజీల పెద్ద కథలు మరికొన్ని. నిడివి సంగతి ఎలా ఉన్నా కథల్లోని అంతఃసూత్రం – జీవితం.

సుదూరపు కెనడా నుంచి పక్కనే వున్న నేపాల్ వరకూ ఆయా జీవితాలను, జనజీవన సరళినీ తెలుగు పాఠకుల దగ్గరకు చేర్చే పధ్నాలుగు కథలు. నూట ఏభై ఏళ్ళనాటి అమెరికా అంతర్యుద్ధం నుంచి వర్తమాన కాలపు కజకిస్థాన్ భాషా సమస్య దాకా చరిత్రకూ, సంస్కృతికీ వారధిలా నిలచే కథలు.

సాహిత్యానికీ జీవితానికీ మధ్య ఉన్న అవినాభావ సంబంధం గురించీ, ఆ సంబంధాన్ని అలవోకగా ఒడిసిపట్టుకొనే కథా సాహిత్యం గురించీ కనీస

అవగాహన ఉన్న ఏ మనిషికైనా ఈ ప్రపంచమే ఒక కథారంగం. మనసు తెరిచి పరిసరాలను పరకాయిస్తే, కనిపించిన మనుషుల్ని పలకరిస్తే, పలకరించిన మనుషుల్లోకి కాస్తంత తొంగి చూస్తే – కథలే కథలు. జీవితమే జీవితం. ఏ జీవితాన్ని ముట్టుకున్నా రాలేవి కథలు. కారేవి కన్నీళ్ళు. కురిసేవి – అరుదుగానైనా – ఆహ్లాదాలు. దానికి అగ్రరాజ్యమూ బడుగుదేశమూ అన్న తేడా లేదు. తెల్లదొరా నల్లచర్మమా అన్న వివక్ష లేదు. ఉష్ణమండలమా శీతలదేశమా అన్న పట్టింపు లేదు. ఆర్యభాషా ఆటవికుల ఘోషా అన్న తేడా లేదు. ఎక్కడికి వెళ్ళినా, ఏ మనిషిని చూసినా, ఏ భాషను విన్నా, ఏ ఘోషకు చెవి ఒగ్గినా వినిపించేవి అవే విషాదగాథలు. అదే మధుర సంగీతం.

సైనికుడు అనగానే రక్త పిపాస, మతగురువు అనగానే అమితమైన కరుణ మనకు ప్రపంచం నూరిపోసిన మూసప్రతీకలు. ఏ కాలంలోనయినా ఆయా దుస్తులూ, వృత్తులూ వెనుక 'మనిషి' అసలు రూపం వేరుగా ఉండే అవకాశం ఉండదా? ఉంటుందనే అంటుంది 'మానవత్వం' కథ. అమెరికా అంతర్యుద్ధపు చివరి రోజులలో దక్షిణ రాష్ట్రాల కాన్ఫెడరేట్ సైన్యాల అధికారికీ ఒక మతాధికారికీ ఉత్తరానికి పారిపోతున్న నల్ల బానిస తారసపడతాడు. అప్పటి జాతి ధర్మాలూ, యుద్ధ న్యాయాల ప్రకారం మరో ఆలోచన లేకుండా చెయ్యవలసిన పని ఆ బానిసను నిర్మూలించడమే. మతాధికారి సైన్యపు మేజర్‌ని ఆ పని చెయ్యమనే అంటాడు, బలవంతపెడతాడు, విరుచుకుపడతాడు. అప్పటికే యుద్ధాలు, హింసలు, రక్తపాతాలు బాగా చవిచూసి ఉన్న ఆ సైన్యాధికారి ఎదుటిమనిషిలో పారిపోతున్న బానిసను కాకుండా జీవనకాంక్ష బలంగా ఉన్న సాటి మానవుడిని చూస్తాడు... అతను సురక్షిత ప్రదేశానికి చేరుకోడానికి సాయపడతాడు.

ప్రపంచంలోని ఏ మూలన అయినా, ఏ వ్యవస్థలో నయినా బలవంతుల అధికారాలూ, దౌర్జన్యాలూ చెల్లుబాటయ్యేది బలహీనులూ, నిస్సహాయుల మీదే అన్న మాటను మరోసారి లిస్బన్ నగరం మీదుగా ఆఫ్రికా మారుమూల గ్రామాల్లోకి పాఠకులను తీసుకువెళ్ళి విస్పష్టంగా చూపించే కథ 'వానదొంగ'.

అంతర్యుద్ధాలు, జాతుల వైరాల పుణ్యమా అని ఏ పాపమూ ఎరుగని, ఏ నేరమూ చెయ్యని అతి సామాన్య ప్రజలు వివక్షకూ, విద్వేషాలకూ ఎంత దారుణంగా గురి అయ్యే అవకాశం ఉందో చెపుతుంది 'విద్వేషం' అన్న ఆఫ్ఘనిస్థాన్

కథ. పాకిస్థాన్‌లో శరణార్థిగా ఉన్న ఒక ఆఫ్ఘన్ తల్లి, చిత్తు కాగితాలు పోగు చేసుకుని పిల్లవాడి కడుపు నింపే తల్లి - వర్షం వల్ల ఆ రోజూ ఆ ఒక్క ఆధారమూ కొట్టుకుపోతే, ఇహ తప్పని పరిస్థితిలో భిక్షాటనకు తెగబడినప్పుడు ఓ ఇంటి యువతి అ ఇంటి పెద్దావిడతో "ఏమన్నా ఉంటే కుక్కల కన్నా వెయ్యి గానీ ఆ కాబూలీలకు పెట్టక" అంటే పాఠకుల మనసు ఏమవుతుంది?! ముందు నీరుగారిపోతుంది. కాస్తంత నిలదొక్కుకోగలిగితే ఈ విద్వేషాలు మనిషికీ మనిషికీ మధ్య ఎంత దారుణమయిన గోడలు కట్టాయి?! అన్న ఆలోచన కలుగుతుంది. కథా నేపథ్యం ఆఫ్ఘనిస్థాన్ - పాకిస్థాన్ అవడం యాదృచ్ఛికం - అది, ఆ విద్వేషం - ఏ నేల మీదయినా వేళ్ళూనుకుని చరచరా ఎదిగే విషవృక్షం.

ఏ దేశపు రాజకీయ నాయకులలోనైనా బట్టలూ పొట్టా విప్పి చూస్తే కనిపించేవి స్వార్థమూ, కుతంత్రమూ అన్న మౌలికమైన విషయాన్ని హాస్య వ్యంగ్య ధోరణిలో ఆకట్టుకునేలా చెప్పిన కథ 'గ్రామసీమల్లో మంత్రిగారి పాదయాత్ర'. ఆ 'కుతంత్రం' ఎంతగా మనిషిలోకి చొచ్చుకుపోయి ఒక సహజ లక్షణంగా మారిపోతుందో ఈ నేపాలీ మంత్రిగారు విశదీకరిస్తారు. స్వగ్రామం ముఖ్యమా దేశం ముఖ్యమా అన్న మహత్తరమైన ప్రశ్న వేసుకుని - (దేశపు రాజధానిలో ఏసీ సౌకర్యం ఉంటుంది గాబట్టి) దేశమే ముఖ్యం అంటూ గ్రామం నుంచి నగరపు దిశగా వెళ్ళే మంత్రి గారిలో మనకు తెలిసిన రాజకీయ నాయకుల ఛాయలు కనిపించడం - సహజమే!

కజక్ భాషను నేర్చుకోడానికి ఇష్టపడని విద్యార్థుల పుణ్యమా అని వాళ్ళ టీచరుగారి ఉద్యోగం పోతుంది! అసలు ఆ పదకొండో క్లాసు పిల్లలు ఎందుకు కజక్ భాష నేర్చుకోం అంటున్నారూ?! వాళ్ళ మాటల్లోనే విందాం: "కజక్ ఎవరికి కావాలి? మేమంతా రష్యా వెళ్ళిపోతున్నాం. ఇంగ్లీషు నేర్చుకునే అవకాశం ఉన్నప్పుడు కజక్ ఎవరు నేర్చుకొంటారు?"... ఇది అచ్చు గుద్దినట్టు మన అమలాపురంలోనో ఆదిలాబాదులోనో జరిగిన సంభాషణలా లేదూ?! ఇపుడు ఇంగ్లీషు ప్రభావం వల్ల మాతృభాషలకు చేటు కలగడం అన్న విషయంలోకి వెళ్ళను. ఇది సందర్భం కాదు. కానీ సమస్య ప్రపంచవ్యాప్తం అన్న స్పృహ మనకు ఈ 'ఉద్యోగం పోయింది' అనే కథ కలిగిస్తుంది!

మనిషిలో మూడు ప్రపంచాలు ఉంటాయి: అంతర్గత ప్రపంచం, పరిసర ప్రపంచం, ఉమ్మడి ప్రపంచం. మొదటి రెండు ప్రపంచాల గురించీ సగటు

మనిషికి ఎంతో కొంత అవగాహన ఉంటుంది. మూడో ప్రపంచం విషయంలో ఈ అవగాహన చాలామందిలో ఉండదు. సౌదీ అరేబియా రిఫైనరీ మీద డ్రోన్‌ల దాడి జరిగితే, మన ఊర్లో పెట్రోలు ధర ఎందుకు పెరుగుతుందో తెలిసినంతగా సామ్రాజ్యవాదం, జాతుల ఆధిపత్య ధోరణి, బలవంతపు యుద్ధాలు, అమెజాన్ అడవుల మంటలు మన దైనందిన జీవితం మీద చూపించే ప్రభావం గురించి చాలామందికి తెలిసిరాదు. ఈ కథలు చదివితే ఆ ఉమ్మడి ప్రపంచపు ఛాయలు లీలా మాత్రంగా మన కళ్ళ ముందు కదలాడుతాయి!!

సగానికి పైగా కథల్లో యుద్ధం, హింస, రక్తం కథా వస్తువు. కనీసం నేపథ్యం. యుద్ధ నేపథ్యమే అయినా కథల్లో కనిపించేది అచ్చమైన జీవితం అన్న స్ఫురణ మనకు కలుగుతుంది. 'ఆ తుపాకీ మొనలపైనే గడ్డిపూలు పూయడం' లాంటి మానవత్వపు పరిమళం కథల్లో కనిపించి సంతోషపరుస్తుంది. ప్రపంచం మీదా, భవిష్యత్తు మీదా నమ్మకం కలుగుతుంది. అనువాదానికి ఆయా కథల ఎంపిక యథాలాపంగా జరిగిందని అనుకోను. కథల ఎంపిక వెనుక అలోచన ఉంది, ఒక పద్ధతి ఉంది...

మూలభాషకూ, మూల కథకూ అన్యాయం జరగకుండా; అదే సమయంలో లక్ష్య భాషా పాఠకులను ఇబ్బందికి గురి చెయ్యకుండా అనువాదాలు చెయ్యడం అంత సులువు కాదు. సరళమైన కథనం, స్థానిక పలుకుబడుల సాయంతో సోమ శంకర్ పైన చెప్పిన పని ఎంతో సులభం అన్న భ్రమ పాఠకులలో కలిగిస్తారు. అనువాదకుడిగా ఆయన సాధిస్తోన్న పెద్ద విజయం ఇది. ఆ విజయపు సులక్షణాలు ఈ పధ్నాలుగు కథల్లోనూ పరుచుకొని ఉన్నాయి.

ఇంకో చిన్న విశేషం చెప్పాలి. కొన్ని కొన్ని మూలకథలు ఆంగ్లంలో ప్రచురితమైన ఒకటి రెండు నెలల్లోనే అనువాదకుడి పుణ్యమా అని తెలుగులో అందిన వైనాన్ని ఈ పుస్తకంలో చూడవచ్చు. అదెలా సాధ్యపడుతోందీ? అందుకు సోమ శంకర్ ఎలాంటి పద్ధతిలో శోధన చేస్తున్నారూ అన్న కుతూహలం పాఠకులలో కలుగుతుంది. ఆ సంగతి వివరిస్తే పాఠకుల కుతూహలం తీరడమే కాకుండా ఇతర అనువాదకులకు కాస్తంత దారి చూపినట్టూ అవుతుంది!

కాలక్షేపానికో, సరదా కోసమో, ఉల్లాసానికో, ఉత్తేజానికో ఒక చిన్న పుస్తకంతో ఓ గంట గడుపుదాం అనుకునేవాళ్ళకు ఈ 'ఏడు గంటల వార్తలు' మొట్టమొదటి ఎంపిక కాబోదు!

అలాగే ఈ కథల్లో వ్యవస్థల గురించీ సంస్కృతి గురించీ జ్ఞానం ప్రసాదించే కథలూ ప్రవచనలూ లేవు. జీవితపు సంక్లిష్టతలను ఉద్వేగభరితంగా మనసును తాకేలా చెప్పే కథలు ఇవి. మన ఆలోచనా ధోరణిని మరికాస్త విశాలం చేసి ప్రపంచాన్ని మరికొంచెం స్పష్టంగా చూడటానికి ఉపకరించే కథలు ఇవి.

⋆⟡⋆

మనిషికి ఉన్న సద్వ్యసనాల్లో మంచి పుస్తకాలు చదవడం ఒకటి. ఈ 'ఏడు గంటల వార్తలు' ఆ వ్యసనానికి తోడ్పడే పుస్తకం.

దాసరి అమరేంద్ర

3 అక్టోబర్ 2019

నా మాట

చదువరులకు నమస్కారం.

నేను 2001 నుంచి కథలు అనువదిస్తున్నాను. ఎక్కువగా భారతీయ రచయితల కథలను తెలుగులోకి తెచ్చాను.

మంచి కథల కోసం వెతికే క్రమంలో అనేక విదేశీ కథలూ చదివాను. అనువాదాల కోసం నేను మూస కథలను కాకుండా, విభిన్నమైన వాటిని, ఏ దేశపు కథైనా పాఠకుల హృదయాలను స్పృశించే కథలని ఎంచుకున్నాను. కథలు సార్వజనీనత కలిగి ఉండి, కథావస్తువు తెలుగు నేపథ్యానికి నప్పేలా జాగ్రత్త వహించాను. ఈ కథలని చదివినప్పుడు అవి ఏదో పరాయి కథల్లా అనిపించవు. మన కథలనే, మరో భాషలో చెబుతున్నారనిపిస్తుంది.

వాటిల్లో కొన్ని కథలను... మన నేపథ్యానికి నప్పేవాటిని ఎంచుకుని అనువదించాను. కొందరు సంపాదకులు అనువాదం కోసం – యుద్ధాల నేపథ్యం కలిగిన అంతర్జాతీయ కథలను ఎంచుకోవలసిందని సూచించగా, యుద్ధం, యుద్ధానంతర పరిస్థితుల నేపథ్యం ఉన్న కథలు కొన్నింటిని అనువదించాను.

నేను తెలుగులోకి అనువదించిన చాలా కథలు ఇంటర్నెట్ నుంచి సేకరించినవే. తద్వారా నాకు లభించిన మరో సౌలభ్యం ఏంటంటే మూల రచయితలతో ఈ-మెయిల్ ద్వారా పరిచయం!

అనువాద క్రమంలో నాకేవైనా ఇబ్బందులు ఎదురైతే, మూల రచయితలని సంప్రదించేవాడిని. వారి సూచనలు, వివరణలతో నా సమస్య తీరిపోయేది.

నా అనువాద కథలను కొన్నింటిని పుస్తక రూపంలో ప్రచురించినా, ఇప్పటివరకు విదేశీ కథలను పుస్తకంగా తేలేదు.

నేను అనువదించిన విదేశీ కథలలో ఇతర కథా సంపుటాలలో ప్రచురితమైనవాటిని మినహాయించి ఈ 14 కథలను ఈ సంపుటిలో అందిస్తున్నాను.

ఇందులో ఎక్కువ కథలను ప్రముఖ అంతర్జాతీయ వెబ్ పత్రిక 'వర్డ్స్ వితవుట్ బోర్డర్స్' నుంచి తీసుకున్నాను. మూల రచయితలను నేరుగా ఈమెయిల్ ద్వారా సంప్రదించి లేదా సంపాదకుల ద్వారా సంప్రదించి తెలుగు అనువాదానికి అనుమతులు తీసుకున్నాను. కొన్నిసార్లు అనుమతులు వేగంగా లభించి, ఆంగ్ల కథ ప్రచురితమైన మరుసటి నెలలో తెలుగు అనువాదం ప్రచురితమవడం కూడా జరిగింది.

చాలా కథలకు మూల రచయితల నుంచి/సంపాదకుల నుంచి అనువాదానికి తొందరగానే అనుమతులు లభించగా, ఒకటి రెండు మంచి కథలను అనువాదానికి అనుమతి లభించకపోవడం వల్ల తెలుగులో అందించలేకపోయాను. ఒక శ్రీలంక/సౌదీ అరేబియా కథ, ఒక ఆఫ్ఘనిస్తాన్ కథలకు తెలుగు అనువాదానికి మూల రచయితలు అంగీకరించలేదు. శ్రీలంక కథ కోసం నేనెంతగానో ప్రయత్నించి విఫలమయ్యాను. ఆ కథ అనువాదమై ఉంటే, ఈ సంకలనంలో మరో మంచి కథ అయి ఉండేది. గల్ఫ్ యుద్ధానికి సంబంధించి ఒక కథని నేను అనువదించినా, దానిని భారతీయ రచయిత వ్రాసిన కారణంగా ఈ సంపుటిలో చేర్చడం లేదు.

మూల రచయితలతో నేనెలా సంప్రదిస్తానంటే, ముందుగా వారికి ఈమెయిల్ చేస్తాను. మూల కథ ఎందుకు నచ్చింది, మన భాషకి అది ఎలా నప్పుతుంది, ఆ కథకి ఉన్న యూనివర్సల్ అప్పీల్ గురించి చెబుతూ అనువాదానికై అనుమతి అడిగితే, మూల రచయితలు కాదనరు. ఇదీ నా అనుభవం!

ఈ పుస్తకానికి చక్కని ముందుమాట వ్రాసి నన్ను ప్రోత్సహించిన శ్రీ దాసరి అమరేంద్రగారికి ప్రత్యేక కృతజ్ఞతలు.

ఈ కథలను అనువదించేందుకు అనుమతించిన మూల రచయితలకు/ ఆయా పత్రికల సంపాదకులకు నా కృతజ్ఞతలు. ఈ నా అనువాద కథలను ప్రచురించిన పత్రికలకు నా ధన్యవాదాలు.

నా ఈ కథలన్నీ నేనే టైప్ చేసుకున్నాను కాబట్టి అక్షరదోషాలకు నాదే బాధ్యత. వీలయినంత వరకూ తప్పులు దొర్లకుండా జాగ్రత్తపడ్డాను. ఒకవేళ ఇంకా తప్పులు కనబడితే, క్షమించి ముందుకు సాగమని మనవి.

డబ్ల్యూ.డబ్ల్యూ.డబ్ల్యూ.పిక్సాబే.కామ్ అనే వెబ్ సైట్ నుంచి ఈ పుస్తకంలో ఉపయోగించిన చిత్రాలన్నీ తీసుకున్నాను. కాపీరైట్ పరిధిలో లేని ఈ బొమ్మలను అందించిన వారికి నా కృతజ్ఞతలు.

నా పుస్తకాలను ఆన్‌లైన్‌లో అమ్మిన కినిగె.కామ్‌కు, నవోదయ బుక్ హౌస్ మరియు ఇతర పుస్తక విక్రయ కేంద్రాలకు నా కృతజ్ఞతలు.

నా మునుపటి అనువాద కథా సంపుటులు 'మనీ ప్లాంట్', 'నాన్నా! తొందరగా వచ్చేయ్!' లను ఆదరించినట్టుగానే ఈ 'ఏడు గంటల వార్తలు'ని కూడా ఆదరిస్తారని నమ్ముతూ, సెలవు తీసుకుంటున్నాను.

సాహితీమిత్రులకూ, నా కుటుంబ సభ్యులకు అనేకానేక ధన్యవాదాలు.

కొల్లూరి సోమ శంకర్

1

విచారగ్రస్తుడు

కెనడాకి చెందిన రచయిత జాన్ గార్డినర్ ఆంగ్లంలో 'ది మెలాన్‌ఖోలీ మ్యాన్' పేరిట వ్రాసిన ఈ కథ 'రిచ్‌మండ్‌రెవ్యూ.కో.యుకె' అనే వెబ్‌సైట్‌లో ప్రచురితమైంది (ఈ వెబ్‌సైట్ ఇప్పుడు ఇంటర్‌నెట్‌లో లేదు).

తెలుగు అనువాదం 16 మే 2003 నాటి ఆంధ్రప్రభ సచిత్ర వారపత్రికలో ప్రచురితం.

ఆయన తన జీవితంలో ఎప్పుడూ సక్రమమైన, సవ్య మార్గాలలోనే నడిచారు. ఎన్నడూ తప్పటడుగులు వేయకుండా, మంచివాళ్ళూ, మర్యాదస్తులు ఎల్లప్పుడూ నడిచే మార్గంలోనే ఆయన కూడా తన పయనం కొనసాగించారు. మహానగరంలో ఉద్యోగం చేసే అవకాశాన్ని వదులుకుని, తమ కుటుంబ వ్యాపారంలో తన తండ్రితో కలసి పనిచేయాలని ఎన్నో ఏళ్ళ క్రితం తను తీసుకున్న నిర్ణయంపై ఆయనకు ఎటువంటి సంశయాలు లేవు. కాని ఇప్పుడు, ఈ చలికాలంలో గతమంతటిని పునరావలోకనం చేసుకుంటుంటే ఆయనకు ఓ విధమైన విచారం కల్గింది. పెద్ద బజారులో అది ఆయనకు ఆఖరి క్రిస్మస్ కావడం వల్ల కలిగిన విచారం కాదు. అంత కంటే లోతైన కారణం ఉంది.

ఆయన తన జీవితమంతా ఇదే వీధిలో, ఈ చిన్న వ్యాపారంలో గడిపేసారు. ఇక ఆయన సమయం ముగిసింది. త్వరలో పూర్తిగా ముగిసిపోనుంది. ఎలాగంటే ఆ వీధిలో, కుటుంబపు వారసత్వంగా వ్యాపారం చేస్తున్న వారి కొట్లలో ఆయనదే చివరిది. మిగతావన్నీ ఎప్పుడో మూతబడ్డాయి. ఆయన కొట్టుకి ఈ మధ్య కొనుగోలుదార్లు రావడమే లేదు. ఈ క్రిస్మస్‌కి ముందు రోజున ఆయన తన కొట్టుని శాశ్వతంగా మూసేయబోతున్నారు. కొట్లోని వస్తువులన్నింటిని వేలం పాడనున్నారు. ఎప్పుడో ఆయన తండ్రి ప్రారంభించిన ఈ చిన్న వ్యాపారం కాలగమనంలో మరుగైపోనుంది. పాత తరం వాళ్ళు ఏ క్లబ్ లోనో కలుసుకున్నప్పుడు వారి జ్ఞాపకాలలో మాత్రమే మిగులుతుంది. కిటికి లోంచి వీధిలో కురుస్తున్న మంచును చూడసాగారాయన. ఒక ఘట్టం ముగియనుంది.

'ఈ విషయం ఎవరికైనా తెలుసో లేదో? ఎవరికీ తనపై శ్రద్ధ లేదా? ఇది కేవలం తన వ్యక్తిగత విషయమేనా...?' ఇలా కొనసాగాయి ఆయన ఆలోచనలు!

'క్రిస్మస్ దగ్గర పడుతోంది. ఇదే ఇరవై ఏళ్ళ క్రితం అయితే, రెండు మూడు వారాలకు ముందునుంచే పట్టణమంతా, కొట్లలోను హడావుడి మొదలైపోయేది' అనుకున్నారాయన.

'ఈ రోజు మరీ విసుగ్గా ఉంది. శనివారం ఎప్పుడూ ఇంత నిరుత్సాహంగా లేదు...' అనుకుంటూ నిట్టూర్చారు.

తన బంగారపు కొట్టు వెనుక గదిలోకి వెళ్ళి, కప్పులో 'టీ' పోసుకుంటుండగా, గుమ్మం దగ్గర ఎవరో సవ్వడి చేసారు. బహుశా ఎవరైనా కొనుగోలుదారేమో.

"నాన్నా, కొట్టు కట్టేసి ఇంటికి వెళ్ళిపోవచ్చుగా..." అంటూ ఆయన కూతురు గ్రేస్ లోపలికి వచ్చింది. తండ్రి దగ్గరకి వచ్చి, ఆయన బుగ్గపై ఆప్యాయంగా ఓ చిన్న ముద్దు పెట్టింది.

"వీధుల్లో అసలే మాత్రం జనసంచారం లేదు. మీరు ఇంటికి వెళ్ళి, అమ్మతో కలసి హాయిగా వెచ్చని మంట దగ్గర కూర్చోండి..."

"క్రిస్మస్ కదమ్మా, బాగా పొద్దుపోయేంతవరకు కొట్లుని తెరిచే ఉంచాలి. ఈ మంచులో పాపం ఎవరైనా దూరం నుంచి కొనడానికి వస్తే, కొట్టు మూసేస్తే ఎంత నిరాశపడతారు చెప్పు? పైగా ఈ సంగతి ఊరంతా వ్యాపిస్తే నా వ్యాపారం దెబ్బతింటుంది..." అంటూ ఓ గుక్క టీ తాగారాయన.

"నాన్నా, మీరు ఇంకో రెండు వారాల్లో వ్యాపారం నుంచి విరమించుకుంటున్నారు. జ్ఞాపకం ఉంది కదా? ఇక ఆ టీ పారబోసి, ఇంటికి వెళ్ళి హాయిగా అమ్మతో కాలక్షేపం చేయండి."

"కాదమ్మా, కొట్టు కట్టేసే సమయం వరకు ఉంటాను. ఇక అరగంటే కదా, ఎవరైనా రావచ్చు..." అంటూ మరో గుక్క టీ తాగారు.

"మీరు మహా మొండివారు" అంది గ్రేస్. వాళ్ళమ్మ కూడా అచ్చు ఇదే మాట అంటుంటారు.

ఆమెకేదో బదులిద్దామనుకుని, ఎందుకనో ఆగిపోయారాయన. తిరిగి కిటికీ లోంచి వీధిలోకి చూడసాగారు.

గ్రేస్ తండ్రి వైపు తిరిగి, "సర్లెండి! నేను వెళ్ళాలి. పిల్లలకి మందులు కొనడానికి వచ్చాను, ఈ మంచు వల్ల వాళ్ళకి దగ్గు, జలుబు వచ్చాయి" అంటూ కోటు బొత్తాలు సవరించుకుని గుమ్మం వైపు అడుగులు వేసింది.

"ఇంత రాత్రి వేళ, ఈ వీధిలో మన ఒక్క కొట్టే తెరచి ఉంది. అందుకే మిమ్మల్ని ఇంటికి పంపిద్దామని నేను లోపలికి వచ్చాను. కొన్ని నిమిషాల ముందుగానైనా ఇంటికెళ్ళి అమ్మతో గడపొచ్చుకదా?" అడిగింది గ్రేస్.

"నేను మొండివాడిని కదమ్మా..." అంటూ ఆయన వీధి పై నుంచి దృష్టి మరల్చి, గుమ్మందాక వచ్చి ఆమెని ఆప్యాయంగా తట్టారు.

"ఇంకా కొన్ని నిమషాలలో ఎవరైనా వస్తే సరే, లేకపోతే ఇంటికి వెళ్ళిపోతాను..." అంటూ ఆమెకి వీడ్కోలు పలికారు. ఆమె బయటకి వెళ్ళగానే, చల్లగాలి ఒక్కసారిగా విసురుగా లోపలికి వచ్చింది. ఆయన టీ చల్లారిపోయింది.

కొంతసేపయ్యాక కొట్టు కట్టేద్దామనుకుని ఆయన వెనుక గదిలోకి నడిచారు. ఆ రోజంతా పెద్దగా వ్యాపారం లేదు. అమ్మకాలు బహు తక్కువ. ఏవో కొన్ని ముఖ్యమైన కాగితాలను, గల్లాపెట్టెను తీసుకుని పెద్ద బీరువా వైపు నడిచారు. ఆ బీరువాని దాదాపుగా డెబ్బయ్యేళ్ళ క్రితం ఆయన తండ్రి అక్కడ అమర్చారు. అప్పటి నుంచి అది అక్కడే ఉంది. జాగ్రత్తగా బీరువా తాళం తెరచి తను తెచ్చిన కాగితాలు, గల్లాపెట్టెను, ప్రదర్శనలో ఉంచిన ఆభరణాలను భద్రంగా బీరువాలో పెట్టారు. ఇది ప్రతీరోజు జరిగే తంతే అయినా ఈ రోజు మరింత జాగ్రత్తగా ఉన్నారు. కొట్టు కట్టేసే ముందు చేసే ప్రతీ పనిని ఆయన అత్యంత శ్రద్ధగా చేస్తారు. ప్రతీ వస్తువుని జాగ్రత్తగా దాస్తారు. అన్ని వస్తువులని లోపల పెట్టాక, ఆ బీరువా తలుపులని మూసేశారు. నాటి వ్యవహారాలన్ని సక్రమంగా ముగిసినందుకు ఆయనకు తృప్తిగా ఉంది.

వెనుక గది లోకి వెళ్ళి తన కోటు, బూట్లు తెచ్చుకోకుండా, మళ్ళీ ముందుగదిలోకి వచ్చారు. కొట్టు మూయడానికింకా పది నిముషాల వ్యవధి ఉంది. ఇన్ని సంవత్సరాల కాలంలో ఆయన ఒకే ఒక సారి కొట్టును తొందరగా కట్టేసారు... అదీ ఆయన కూతురు పుట్టినప్పుడు! ఈ రోజు అటువంటి సందర్భమేదీ లేదు మరి!

కిటికీ లోంచి బయట దట్టంగా కురుస్తున్న మంచును, వీధిలో తళుక్కుమంటున్న క్రిస్మస్ దీపాలను చూస్తూ నిలుచున్నారు. కొట్టు ముందు భాగాన్ని స్థానిక సేవాదళం వారు అలంకరించారు. గత కొన్నేళ్ళుగా ఆయన కొట్లో పెద్దగా బేరాలూ లేనప్పుటికీ, అన్ని కొట్లులోను పండుగ వాతావరణం కనిపించాలనే ఉద్దేశంతో మిగిలిన వ్యాపారులు ఈ ఏర్పాట్లు చేసారు. తను వ్యాపారం విరమించుకున్నాక, స్థానిక సేవాదళం వాళ్ళు ఈ కొట్టుని అలంకరిస్తారో లేదో అన్న సందేహం ఆయన మదిలో మెదిలింది.

ఇంతలో గడియారం కొట్టు కట్టేసే సమయాన్ని సూచించింది. ఇక చేసేదేంలేక వెనుక గదిలోకి వెళ్ళారాయన. కోటు, బూట్లు తీసుకుని గది తలుపులు వేసారు. వాటిని ధరించి బయట చల్లటి గాలులను పలకరించడానికి సిద్ధమయ్యారు. కొట్టంతా మరోసారి కలయజూసి, దీపాలార్పి బయటకు నడిచారు. తాళాలు వేసి కాలిబాటపైన నిలుచున్నారు. చలిగాలి వీస్తుండడంతో, కోటులో ముఖాన్ని దాచుకుంటూ, పార్కులోంచి నడవసాగారు. రోజూ బాధించే చలిగాలులు ఈ రోజెందుకో ఉత్సాహాన్ని, కొత్త శక్తిని ఇస్తున్నట్లుగా భావించసాగారు.

మరి కొంత సేపు అక్కడే ఆగి, తర్వాత ఇంటి ముఖం పట్టారాయన. తీరా కొద్ది దూరం నడిచాక, ఆయనకి ఇంటికి వెళ్ళ బుద్ధి కాలేదు. బయటకు ఎంతో నిశ్చింతగా ఉన్నట్లు కనిపించినప్పటికీ, లోలోపల ఏదో విచారం...! కాసేపు ఒంటరిగా ఉండదలచి, తిరిగి తాను ఎక్కువగా కాలంగడిపిన పెద్దబజారు వైపు అడుగులు వేసారు. ఆలస్యమవుతుందని ఇంటికి ఫోను చేసి చెప్పాల్సిందేమో! కాని ఈ పూట తన మనసు ఇంటి వైపు మళ్ళలేదు.

ఖాళీ దుకాణాలను, పాత కొట్లను పడగొట్టగా మిగిలిన శిథిలాలను చూస్తు బజారులో నడవసాగారు. ఒకప్పుడు ఇదే వీధిలో ఎన్నో ప్రసిద్ధమైన కొట్లు ఉండేవి. ఇక్కడి సినిమాహాల్లో కొత్త సినిమా చూడడం కోసం ప్రేమికులు వరుసలు కట్టి నిలుచునేవారు. నడుస్తూ, గతం తాలూకు ప్రతీ దృశ్యాన్ని ఆయన అనుభూతి చెందసాగారు. చలిని, మంచును లెక్క చేయకుండా, జ్ఞాపకాలలోకి జారిపోయారాయన. కంట్లోంచి ఓ వెచ్చని నీటి చుక్కజారి ఆయన పెదాలకు ఉప్పగా తాకింది. 'వెర్రి వాడిని' అనుకున్నారాయన. వీధి చివరికంటా నడిచారు. తిరిగి వెనక్కి వస్తుంటే చలిగా అనిపించి కోటును సరిచేసుకున్నారు. తలెత్తి చూస్తే 'క్వీన్స్ హొటల్' కనిపించింది. కాకపోతే దాన్ని ఇప్పుడు ఆ పేరుతో పిలవడం లేదు.

ఒకప్పుడు రోటరీ క్లబ్ సమావేశాలు జరిగిన ఈ హొటల్లో ఇప్పుడు మత్తెక్కించే సుందరీమణుల నృత్యాలు ప్రదర్శిస్తున్నారు. ఉన్నట్లుండి ఆయనకు ఆ హొటల్ లోకి వెళ్ళాలనిపించింది. లోపలకి వెళ్ళి తాను ఆర్నెల్ల కొకసారి తాగే 'బీరు' తాగాలనిపించింది. పైగా ఈ హొటల్ గురించి ప్రచారంలో ఉన్న విషయాలన్ని వాస్తవమో కాదో తెలుసుకోవాలనుకున్నారాయన.

లోపలి వాతావరణం మసకగానూ, పొగమంచుతోను నిండి ఉంది. అస్పష్టంగా వెలుగుతున్న దీపాలను పొగ ఆవరించి ఉంది. మెదట్లో ఏమీ కనిపించక పోయినా, ఎలాగోలా ఓ మూల కుర్చీలో చోటు సంపాదించారాయన. కొద్దిగా కోటును వదులు చేసుకుని సౌకర్యంగా కూర్చున్నారు. ఇంతలో ఒంటిపై పచ్చ బొట్లు పొడిపించుకున్న ఓ యువతి వచ్చి 'ఏం కావాల'ని అడిగింది. ఆయన బీరు తెమ్మని చెప్పారు. బీరు తెచ్చిచ్చి 'ఇటువంటి స్థలంలో మీకేంపని?' అన్నట్లుగా ఆయనకేసి చూస్తూ ఆమె వెళ్ళిపోయింది.

ఆయన మౌనంగా ఓ గుక్క తాగి చుట్టూ కలయజూసారు. ఆయన కళ్ళు అప్పటికి ఆ వాతావరణానికి అలవాటు పడ్డాయి. లోపల ఎక్కువ మంది

లేరు. దూరంగా ఓ బల్ల దగ్గర కొందరు కుర్రాళ్ళు తాగుతూ వాగుతున్నారు. ఇంకో బల్ల దగ్గర ఇద్దరు పెద్దలు గడ్డాలు పెరిగిపోయి, భావరహితంగా శూన్యంలోకి చూసున్నారు. మరో బల్ల వద్ద కొందరు ఉద్యోగులు మజా చేసుకుంటునారు. వారంతా తామిక్కడ ఉన్నట్లు తమ భార్యలకి తెలియదనే ధీమాతో ఉన్నారు. అక్కడున్న వేదిక ఆయన ఊహించినట్లుగా అందగత్తెలతో కాకుండా, ప్రస్తుతానికి ఖాళీగా ఉంది.

అప్పుడప్పుడూ ఓ గుక్క తాగుతూ, ఆయన నిశ్శబ్దంగా కూర్చున్నారు. ఈ హెూటల్ ఇంతకాలం ఎలా మనగలిగిందా అని ఆయనకి ఆశ్చర్యం కలిగింది. ప్రస్తుత స్థితిలో ఈ మాత్రం జనాలని ఆకట్టుకుంటూ ఈ పట్టణంలో ఈ హెూటల్ ఎలా నిలదొక్కుకోగలిగిందో ఆయనకు అర్థం కాలేదు. వెనుక నుంచి సంగీతం వినబడీ వినబడనట్లుగా మోగుతోంది. ఎవరూ గుర్తించలేని ఆ రాగమేదో హఠాత్తుగా ఆగిపోయింది. దాని స్థానంలో చెవులు హెూరెత్తించే రాక్ గీతాలను అందుకున్నారు. ఆది వినగానే ఆయన ముఖం చికాకుగా పెట్టారు. ఇంతలో వేదిక పై ఓ యువతి ప్రత్యక్షమై సంగీతానికి తగ్గట్టుగా నృత్యం చేయసాగింది. ఆమె అర్ధనగ్నంగా నృత్యం చేస్తుండడం ఒక్క క్షణం పాటు ఆయనలో తమకం కల్గించింది. కాని ఆయన మనసు ఆయనను హెచ్చరించింది.

“ఆ అమ్మాయి కూడా ఒకరి కూతురే! కొందరి ఆశలకు, కలలకు ప్రతిరూపమే కదా. పాపం ఆశలు అడియాసలు కాగా, కలలు కల్లలు కాగా, ఈ స్థితిలో పోకిరి కుర్రాళ్ళ ముందు, వయసుడిగిన వృద్ధుల ముందు నాట్యం చేయాల్సి వస్తోంది...” అనుకున్నారాయన.

ఇంతలో ఆయన ఆలోచనల్ని భగ్నం చేస్తూ “బావుంది కదూ...” అనే మాటలు వినిపించాయి. తలతిప్పి అటు వైపు చూసారు. పూల వ్యాపారం చేసే ఓ పరిచయస్థుడు కనపడ్డాడు. “ఆ పిల్ల బావుంది కదూ...” మళ్ళీ అన్నాడా వ్యక్తి. ఆయనకు ఇబ్బందిగా ఉంది.

“మీరు నాకు తెలుసు. మీది బంగారం కొట్టు కదా, మీరేంటి ఇక్కడున్నారు?” అడిగాడా పూల వ్యాపారి.

“నిజమే! ఇది నేను ఉండాల్సిన స్థలం కాదు” అంటూ ఆయన బయటకు కదిలారు.

పెద్ద బజారంతా మరోసారి తిరిగి, ఇంటి ముఖం పట్టారు. ఇంకా ఆలస్యం చేస్తే, ఆయన భార్య సగం పట్టణాన్ని అప్రమత్తం చేసేస్తారు. కాళ్ళకింద మంచు

కరిగిపోతుండగా, ఆయన తన విచారాన్ని దాచుకుంటూ ఇంటి వైపు నడవసాగారు. హొటల్‌కి వెళ్ళిన సంగతి భార్యకి చెప్పదలచుకోలేదు. తాగిన వాసన తెలియకుండా ఉండడానికి నోట్లో వక్కపొడి వేసుకున్నారు. ఆవిడకు తెలియని విషయాలేవి ఆవిడని బాధించవని ఆయన నమ్మకం.

తలుపు కొట్టగానే, ఆయన భార్య గబగబా వచ్చి తలుపు తీసారు. ఆయన కోటుపై ఉన్న మంచుని తుడుస్తూ, "ఏమైపోయారు ఇంత సేపు? అని అడిగారావిడ.

"కొట్లోనే ఆలస్యమైంది..." అబద్ధం చెప్పారాయన.

"ఇందాక గ్రేస్ ఫోన్ చేసింది. మీరు కొట్లో ఖాళీగానే ఉన్నారని చెప్పింది. తొందరగా ఇంటికి వెళ్ళమన్నా, వెళ్ళనని మెండి పట్టు పట్టారటగా."

"ఆఖరి నిమిషంలో కొనడానికి వచ్చారు" మరో అబద్ధం చెప్పారాయన కోటు విప్పుతూ.

"పోన్లెండి మంచి పని చేసారు. ఇంకా నయం కొట్టు తొందరగా కట్టేయ లేదు."

భర్త సమాధానం సరైనదా కాదా అని ఆవిడ నిర్ధారించుకోలేదు. ఆ అవసరమే లేదావిడకు. అబద్ధాలు చెప్పినందుకు ఆయన నొచ్చుకున్నారు.

ఆయనలో అపరాధభావం తలెత్తింది. జరిగినదంతా ఉన్నదున్నట్లుగా చెప్పినా, ఆవిడేమీ అనేవారు కాదు.

యాభై ఏళ్ళ సహచర్యంతో బలపడిన అనుబంధం వారిది. అయితే ఆయన తన తప్పును దిద్దుకోడానికి ప్రయత్నించకుండా, మధ్య గదిలోకి నడిచారు.

ఆయన అరుదుగా ఆలస్యంగా వచ్చినప్పుడు చేసే విధంగానే, ఆవిడ పొయ్యి పైన రాత్రి భోజనాన్ని వెచ్చజేసారు. ఆవిడ ప్రస్తుత తరం ఉపయోగిస్తున్న మైక్రోవేవ్‌లకు ఇంకా మారలేదు.

ఆవిడకి కృతజ్ఞతలు చెప్పి, భోజనాన్ని అందుకున్నారు. పెద్దగా ఆకలి లేకపోడంతో, అన్యమనస్కంగా తినసాగారాయన.

"బయట బాగా చలిగా ఉంది కదూ..." అన్నారావిడ. ఇద్దరూ టి.వీ. చూడసాగారు.

"ఈసారి మంచి, మంచు క్రిస్మస్..." అన్నారయన అన్నం తింటున్నట్లుగా నటిస్తూ!

రెండు మూడు సార్లు మాట్లాడాలని ప్రయత్నించి, ఆయన ముభావంగా ఉండడంతో, మౌనంగా ఉండిపోయారావిడ. ఆయన తన ఆలోచనలలో తానుండిపోయారు. ఈ రోజు ప్రారంభం నుంచి తనని వెంటాడుతున్న విచారాన్ని వదిలించుకోలేక పోతున్నారాయన.

"మీ వ్యాపార విరమణ గురించి ఆలోచిస్తున్నారా?" అడిగారు ఆవిడ. ప్రశ్నకి జవాబు ఆవిడకీ తెలుసు.

జవాబు చెప్పడానికి ఓ క్షణం ఆగి, రిమోట్ తో టివీ ఛానెల్ మార్చి, "అవును. దాని గురించే ఆలోచిస్తున్నాను." అన్నారాయన. మళ్ళీ ఛానెల్ మార్చారు.

"కొట్టు కట్టేసాక, హెూటల్‌కి వెళ్ళి బీరు తాగాను" నిజం ఒప్పుకున్నారాయన.

"మీ నోటి వాసనని బట్టి, నేనప్పుడే గ్రహించాను"

"నేను నిన్ను ఒక్క నిముషం పాటు కూడ ఏమార్చలేను" అన్నారాయన మెల్లిగా.

"నన్ను మోసం చేయాలని మీరెందుకు అనుకుంటారు? చాలా ఏళ్ళ క్రితమే మనం మన మధ్య రహస్యాలు ఉండకూడదని ఒప్పందానికి వచ్చాం."

"నిజమే! నన్ను క్షమించు"

ఓ క్షణం పాటు ఇద్దరూ మౌనంగా ఉండి పోయారు.

"మీరసలు విరమణ చేయక్కర్లేదు. నేను మీకు ముందే చెప్పాను కదా"

"వ్యాపారం చాలాకాలం చేసాను. ఇక నీతోను, మనవలతోను కాలక్షేపం చేయాలి..." అన్నారాయన, చేతిలోని రిమోట్‌ను బల్లపై పెడుతూ.

"మరింకేం? అయినా ఎందుకు విచారంగా ఉంటున్నారు?" ఆవిడ అడిగారు, ఆయన బాధేంటో తెలుసుకోడానికి ప్రయత్నిస్తూ.

"నాకే తెలియదు. వెర్రితనం కావచ్చు. ఇన్నేళ్ళ కాలాన్ని ఎలా గడిపానన్నది నేనెప్పుడు పట్టించుకోలేదు. నాదైన ప్రపంచంలో ఉండిపోయాను. కాని హఠాత్తుగా ఈ లోకంలోకి వచ్చేసరికి అవన్నీ మారిపోయాయి. నాకు తెలిసిన వ్యక్తులు తిరిగిరాని చోటుకి వెళ్ళిపోయారు. అంతా విభిన్నంగా ఉన్నాయి. ఏవో పిచ్చి ఆలోచనలు నా మనసుని ఆక్రమించుకున్నాయి..." చెప్పారాయన.

"పిచ్చి ఆలోచనలేం కాదు! మీ జీవితంలో... కాదు కాదు... మన జీవితంలో కొత్త మార్పు సంభవించబోతోంది. నాక్కుడా ఇటువంటి ఆలోచనలే

ఉండేవి. కాని మీకు బెంగ మరీ ఎక్కువగా ఉంటోంది. ఇంట్లో కన్నా మీరు ఎక్కువ కాలం కొట్లోనే గడిపారు. ఇప్పుడిక కొట్టు ఉండదు కాబట్టి మీకీ బెంగ...! దీనికి అలవాటు పడడం కొంచం కష్టమే" అన్నారావిడ, ఆయనకు ధైర్యం చెప్పడానికి ప్రయత్నిస్తూ.

"అబ్బే, నాకు పెద్దగా బెంగేమీ లేదు, నేను బాగానే ఉంటాను" అన్నారాయన.

ఆయన దగ్గరకు వెళ్ళి, భుజం మీద చెయ్యేసి, "మీకు తోడుగా నేనెప్పుడూ ఉంటాను. మీ జీవితంలో ఎన్నడూ మారని భాగాన్ని నేను..." అన్నారావిడ మెల్లిగా.

"నాకు తెలుసు" అంటూ ఆమె నుదుటిపై చుంబించారాయన. తర్వాత ఆవిడని వదిలి, బల్లపై ఉన్న రిమోట్‌ను చేతిలోకి తీసుకున్నారాయన. ఆయన తిన్న కంచం తీసుకుని ఆవిడ లోపలికి వెళ్ళిడంతో వారి మధ్య సంభాషణ ముగిసింది. కాని సాన్నిహిత్యభావన మాత్రం మరింత పెరిగింది. నులి వెచ్చని మంటని ఆస్వాదిస్తూ టివీలో సినిమా చూస్తూ కూర్చున్నారిద్దరూ.

ఆయనను జ్ఞాపకాలు చుట్టుముట్టాయి. ఈ ఇంటిని వాళ్ళ పెళ్ళయిన కొత్తల్లో కట్టారు. అప్పట్లో అది పట్టణంలో కెల్లా సొగసైన భవనం! కాని తర్వాతి కాలంలో ఎందరో వచ్చి ఇక్కడ ఇళ్ళు కట్టుకోడంతో, ఈ ప్రాంతం మరింత శోభాయమానంగా తయారైంది. కాలం గడిచే కొద్దీ, కొత్త ఇళ్ళు పెరుగుతుండడంతో, రంగు వెలసిన పాత కాలపు ఇళ్ళు వెలవెలబోతున్నాయి. ఈ విషయంలో తాను మిగతావారి కంటే వెనుకబడి పోయినట్లు ఆయన గ్రహించారు.

కానీ ఇంట్లో హాయిగా, విశ్రాంతిగా కూర్చుని ఉన్నప్పుడు, బాహ్యప్రపంచపు సమస్యలేవీ ఆయన దరికి చేరవు. ఆయనకు ఈ ఇల్లంటే చాలా ఇష్టం. ఆయన భార్య మొదటిసారిగా కాపురానికి వచ్చింది ఈ ఇంటికే! వాళ్ళ కూతురు కూడా ఈ ఇంట్లోనే పుట్టింది. ఈ ఇంట్లోనే భార్యాభర్తలిద్దరూ యాభై ఏళ్ళు కలసి జీవించారు. మరింత మానసిక పరిపక్వత సాధించారు. జీవితంలో ఆటుపోట్లు ఎదురైనప్పుడు ఈ ఇల్లే ఆయనకెంతో భరోసాని, భద్రతాభావాన్నిచ్చింది.

ఆవిడ సినిమా చూడడంలో నిమగ్నమవగా, ఆయనను మళ్ళీ దిగులు ఆవరించింది.

ఇంట్లో హాయిగా, నిశ్చింతగా ఉన్నప్పటికీ... 'తను అనుకున్న మార్గంలోనే తన జీవనయానం సాగిందా లేదా' అని ఆయన ఆలోచించసాగారు. కొట్టు గురించి ఆలోచిస్తూ, గతంలోకి జారుకున్నారు.

మర్నాడు ఆదివారం. కొట్టుకి వెళ్ళక్కర లేదు. కాని మరో రెండు వారాల్లో కొట్టుని శాశ్వతంగా మూసేస్తున్నారు. అప్పుడిక ప్రతిరోజూ ఆదివారమే..! కొత్త జీవితం ఎలా ఉంటుందో అనుకుంటూ ఆయన నిద్రలోకి జారుకున్నారు.

ఆదివారం గడిచిపోయింది. తర్వాత మరో పది రోజులు కూడా గడచిపోయాయి. కొట్టుని శాశ్వతంగా మూసేసే రోజు దగ్గర పడుతున్న కొద్దీ, ఆయనలో మిశ్రమ భావాలు తలెత్తుతునాయి. ఆయనలో విచారం మరింత పెరిగింది. కొట్టు మూసేసాక, హోటల్‌కి వెళ్ళిన రోజునే ఆయన గ్రహించారు- లోకం తీరు మారిపోయిందని, తన ఇమడలేనని! కొత్తదనం వెల్లువలో పాతవన్నీ కొట్టుకపోవడం ఖాయమని ఆయనకు అర్థమైంది. అందుకు తానేమీ మినహాయింపు కాదని ఆయనకూ తెలుసు. జీవితంలో తాను సాధించిన విజయాలను, తన కెదురైన అపజయాలను గుర్తుచేసుకున్నారు.

కొట్టుని శాశ్వతంగా మూసేయడానికి రెండు రోజుల ముందు ఓ స్థానిక పత్రికా విలేఖరి ఆయన గురించి వార్త రాయడానికొచ్చాడు. నిజాయితీపరుడైన ఆ యువ విలేఖరి బంగారం వ్యాపారం గురించి, పట్టణంలో ఆయన గమనించిన మార్పుల గురించి, వ్యాపారం ద్వారా ఆయన చేసిన ప్రజాసేవ గురించి... ఎన్నో ప్రశ్నలడిగి వివరాలు రాసుకెళ్ళాడు. వాస్తవానికి ఈ విలేఖరి ఇంటర్వ్యూ కావాలని ఫోన్ చేసాక, ఆయన తాను చెప్పదలచుకున్న విషయాలన్నింటిని చాలా సార్లు మననం చేసుకున్నారు. తీరా ఇంటర్వ్యూ జరుగుతున్న సమయంలో ఆయన నోట అనుకున్న మాటలు రాలేదు. ఏవో పొడి సమాధానాలు చెప్పాసారు. విలేఖరి వెళ్ళిపోయిన తర్వాత... 'అయ్యో' అనుకున్నారు. ఇక దినపత్రికలో ఓ సాధారణమైన 'విరమణ' వార్త వస్తుంది.

విరమణ రోజు రానే వచ్చింది. ఆయన పొద్దున్నే నిద్రలేచి స్నానాదులు, పలహారం సమయానికే కానిచ్చారు. మిగతా రోజుల్లానే తన పనులన్నీ సకాలంలో ముగించుకున్నారు. కాకపోతే మధ్యాహ్నభోజన విరామ సమయంలో కొందరు ఛాంబర్ ఆఫ్ కామర్స్ ప్రతినిధులు కేక్ తెచ్చి ఆయనతో కోయించారు. పత్రికా

విలేఖరి కొన్ని ఫోటోలు తీసాడు. ఆయన భార్య, కూతురు వీధిలోని ఒకరిద్దరు స్నేహితులు కూడా ఆ సమయంలో అక్కడే ఉన్నారు. తర్వాత మెల్లిగా ఒకొక్కరు వీడ్కోలు తీసుకున్నారు. ఆయన భార్య ఆఖరున వెడుతూ, ఇంకా కొనాల్సిన వస్తువులున్నాయని, వాటిని కొనుక్కుని మళ్ళీ వస్తానని చెప్పి వెళ్ళారు.

క్రిస్మస్ మర్నాడే కాబట్టి ఆయన కొట్టు కొద్దిపాటి జనంతో కిటకిటలాడసాగింది. కొట్టును తెరిచి ఉంచి, ప్రజల అవసరాలు తీరుస్తున్నందుకు ఆయనకు సంతోషం కలిగింది. ఆయన భార్య మళ్ళీ వచ్చేసరికి కొట్లో ఇంకా రద్దీ తగ్గలేదు. కొంత సేపాగి వస్తానని ఆవిడ మళ్ళీ బయటకు వెళ్ళారు. కొట్టుమూసేసే సమయం కావచ్చింది. అయినా ఆవిడ ఇంకా రాలేదు. రోజూలాగానే నగలను, ముఖ్యమైన కాగితాలను వెనుక గదిలో బీరువాలో పెడుతుండగా, ముందు గది గుమ్మం దగ్గర చప్పుడైంది. తన భార్యేమోనని అనుకున్నారు. బయటకు వచ్చి చూస్తే, ఓ యువతి నిల్చుని ఉంది.

"ఏం కావాలమ్మా?"

ఆమె ప్రదర్శనలోని వస్తువులని చూడసాగింది.

"మీకేదైనా ప్రత్యేక వస్తువు కావాలా?"

"నాకో లాకెట్ కావాలి. అది అచ్చం దీనిలాగే ఉండాలి..." అంటూ తన సంచీలోంచి ఓ పాత లాకెట్‌ను తీసి చూపించింది.

"దీన్ని నా కోసం క్రితం ఏడాది మావారు కొన్నారు. ఇది మా అమ్మాయికి బాగా నచ్చింది. ఈ ఏడాది అమ్మాయికి కూడ ఇలాంటి లాకెట్ కొనిస్తారని ఆయన మాటిచ్చారు" అంటూ చెప్పడం ఆపిందామె.

"మీవారు కొనడం మర్చిపోతే, మీరు కొనుక్కుని తీసుకెడుతున్నారు. అవునా...?" అడిగారు ఆయన, ఆమె రాకకి కారణం ఊహిస్తూ!

కొద్ది క్షణాలు నిశ్శబ్దంగా ఉండి, "ఈ మధ్యే మా వారు చనిపోయారు" అని చెప్పిందామె.

"అయ్యో పాపం! మీకెంత కష్టమెచ్చింది" సానుభూతి వ్యక్తం చేసారాయన.

"పాప ఈ లాకెట్ గురించి పూర్తిగా మర్చిపోయిందనే అనుకున్నాను. కాని ఈ రోజు ఓ పార్టీలో క్రిస్మస్ తాతయ్యను లాకెట్ కావాలని అడిగింది. ఇక తప్పదు. ఓ లాకెట్ కొనాలి. లేకపోతే పాప చాలా బాధడుతుంది. జీవితాంతం బాధ పడుతూనే ఉంటుంది..." చెప్పిందామె.

ఓ క్షణం ఆగి మళ్ళీ చెప్పడం మొదలుపెట్టింది "బహుళ అంతస్థులలో ఉండే పెద్ద పెద్ద కొట్లన్నీ తిరిగాను. కాని ఎక్కడా ఇటువంటి లాకెట్ దొరకలేదు. ఇది చాలా పాత తరహాది. మీ దగ్గర దొరుకుతుందేమోనని ఆశగా వచ్చాను..."

"ఏది, ఆ లాకెట్ ఇటివ్వండి" అంటూ దాన్ని తన చేతిలోకి తీసుకుని పరిశీలనగా చూసారాయన. తర్వాత తన దగ్గరున్న లాకెట్ల లోంచి ఒకదాన్ని బయటకు తీసారు. అది దాదాపు ఆమె తెచ్చిన లాకెట్ లానే ఉంది.

"దీన్ని చూడండి"అంటూ ఆమెకందించారు.

"అద్భుతం! రెండు అచ్చం ఒకేలా ఉన్నాయి. పాప తేడా అస్సలు కనిపెట్టలేదు." అందామె సంతోషంగా.

లాకెట్ తీసుకుని, ఓ దాన్ని భద్రంగా డబ్బాలో పెట్టి, గల్లాపెట్టె వైపు అడుగులు వేయబోతుంటే... బహుశా ఇదే తన ఆఖరి అమ్మకమని ఆయనకి తోచింది.

ఆమె వైపు తిరిగి, "దీన్ని బహుమతి కాగితంలో చుట్టివ్వనా?" అని అడిగారు.

"వద్దు. అలా డబ్బాలో పెట్టి ఇచ్చేయండి చాలు!" అంటూ, "మీకు నా కృతజ్ఞతలు. ఈ లాకెట్ చూసి నా చిట్టితల్లి రేపెంత ఆనందిస్తుందో నేను చెప్పలేను" చెప్పిందామె. ఇంతలో ఆయన భార్య లోపలికి వచ్చారు.

లాకెట్ ఉన్న డబ్బాని, తన కొట్టు పేరు ముద్రించి ఉన్న సంచీలో పెడుతూ... "చూడండమ్మా! మీరు డబ్బులివ్వక్కర్లేదు. దీన్ని మీ పాపకు క్రిస్మస్ బహుమతిగా ఇస్తున్నాను" అన్నారాయన.

పర్సులోంచి డబ్బు బయటకు తీయబోతున్న ఆమె విస్తుబోయింది. ఆశ్చర్యం నుంచి తేరుకున్నాక, – "అదేంటి? వద్దు, వద్దు" అంది.

"నా కొట్లో మీకు కావల్సినది దొరికింది. అంత కంటే నాకు సంతోషం ఏముంది? మీ ముఖంలో కనిపించిన ఆనందమే ఆ లాకెట్ విలువ చేస్తుంది. మీరు నా కొట్లో కొనడం నన్ను గౌరవించినట్లుగా నేను భావిస్తాను. కాబట్టి తీసుకోండి" అన్నారాయన.

అనేక సార్లు కృతజ్ఞతలు చెప్పి, ఆ లాకెట్‌ను తీసుకుందామె. బయటకు వెళ్ళబోతూ, మళ్ళీ ఆయన వైపు తిరిగి...

"మీకు తెలుసా! ఈ రోజుల్లో వ్యాపారులందరూ ఒకేలా ఉంటారని నేను భావించాను. మనకేది అవసరం లేదో దాన్నే మన చేత కొనిపించాలని చూస్తారు.

లేదా మనం వాళ్ళకి ఏదో అసౌకర్యం కల్గిస్తున్నట్లుగా భావిస్తారు. మీరు మిగతా వాళ్ళలా కాదు. మీరెంతో మంచివారు.. మీకు మరోసారి కృతజ్ఞతలు" అంది. బయటకు నడిచి చీకటిలో కలసి పోయింది.

ఆయన భార్య ఆయనకేసి చూస్తూ, చిన్నగా నవ్వుతున్నారు.

"ఏమైంది?" అని అడిగారాయన.

"ఏం లేదు. వెడదామా?" అన్నారావిడ.

"వెడదాం!" అని, వెనుక గదిలోకి వెళ్ళి, కోటూ బూట్లు తెచ్చుకున్నారు. కొట్టంతా జాగ్రత్తగా చూసి, దీపాలు ఆర్పి గుమ్మం వైపు నడిచారు. భార్య బయటకు నడవడం కోసం, తలుపు తీసి పట్టుకున్నారు. ఆవిడ బయటకు నడిచాక, ఆమెను అనుసరించారు. కొట్టుకి తాళం వేసి, బయటి దీపాన్ని కూడ ఆర్పేసారు.

ఆవిడ ఆయనకేసి చూస్తూ, ఇంకా చిన్నగా నవ్వుతున్నారు.

"అంతా అయిపోయింది. పద!" అంటూ ఆవిడ చేయందుకున్నారు.

"అంతే కదా మరి" అన్నారావిడ. ఈ సారి ఆయన ఓ చిరునవ్వు నవ్వారు.

ఆ రాత్రి ఇంట్లో మధ్య గదిలో హాయిగా, విశ్రాంతిగా కూర్చున్నారిద్దరూ. సాయంత్రం కొట్లో లాకెట్ కొనడానికి వచ్చిన యువతితో ఆ కొద్దిపాటి పరిచయం, వ్యాపారంలో తన వ్యవహారశైలి పట్ల పరిపూర్ణమైన సంతృప్తిని కలిగించింది. జీవన యానంలో తానెంచుకున్న మార్గం సక్రమమేనని ఆయనకు ఋజువైంది.

ఆయన భార్య ఆయన భుజంపై ఆప్యాయంగా చేయి వేసారు.

"మీరు ఇంట్లో ఉంటే ఎంతో బావుంటుంది" నెమ్మదిగా ఆయన చెవిలో చెప్పారావిడ.

ఆయన తలూపుతూ– "అవును. ఇంట్లో ఉండడం ఎంతో బావుంది" అన్నారు తేలికపడ్డ మనసుతో.

2

మానవత్వం

అమెరికా చెందిన రచయిత డాన్ స్టాకార్డ్ ఆంగ్లంలో 'సదరన్ కంఫర్ట్' పేరిట వ్రాసిన ఈ కథ 1994లో 'విల్మింగ్‌టన్‌బ్లూస్.కామ్' అనే వెబ్‌సైట్‌లో ప్రచురితమైంది (ఈ వెబ్‌సైట్ ఇప్పుడు ఇంటర్‌నెట్‌లో లేదు).

తెలుగు అనువాదం సాహిత్య ప్రస్థానం, జూలై - సెప్టెంబరు 2006 సంచికలో ప్రచురితం.

ఆకాశంలో ఓ పెద్ద ఉరుము ఉరమడంతో, ఎర్విన్ ఉలిక్కిపడ్డాడు. కదలకుండా తను ఉన్న రేకుల గదినంతా భయం భయంగా కలయజూశాడు. అక్కడ అతడు తప్ప మరెవరూ లేరు. బలంగా ఊపిరిపీల్చుకుని, నెమ్మదిగా వదిలాడు. సరిగ్గా, సూర్యోదయానికి ముందుగా - చలి, ఆకలి బాధిస్తుండగా, అతడికి ఆ గది కనిపించింది. అప్పటికే అతడు పూర్తిగా అలసిపోయాడు.

ఆ గదిలోని గడ్డి వల్ల కలిగిన వెచ్చదనం, అప్పటి వరకు తీసిన కునుకు అతడి చలిని, బడలికని కాస్త దూరం చేశాయి. అయితే అతడి ఆకలి మాత్రం తీరలేదు. ఆ పూట భోజనం లభిస్తుందన్న నమ్మకం కూడా లేదతనికి, పైగా తినడానికి ఏమైనా వెదుక్కోవడం అతడికి మరీ ప్రమాదం!

ఉత్తర అమెరికాకు త్వరగా చేరుకోవడమే ప్రస్తుతం అతడి ఏకైక లక్ష్యం, ఉత్తరాది సైనికులు బానిసలకు స్వేచ్ఛని ప్రసాదిస్తున్నారని, ఇటువైపే వస్తున్నారని ఎర్విన్ విన్నాడు, గత మూడు రాత్రులుగా ఉత్తర రాష్ట్రాల వైపు ప్రయాణం చేస్తున్నా నీలి దుస్తుల ఉత్తరాది సైనికుల జాడ లేదు. ఇంతలో మరో ఉరుము ఉరిమింది. దాంతో పాటు వర్షం కూడా మొదలైంది. తన ప్రయాణం కొనసాగించాలా లేక వాన వెలిసే వరకు ఇక్కడే ఆగాలా అనేది ఎర్విన్ తేల్చుకోలేకపోయాడు. ఇంతలో అతడికేవో మాటలు వినిపించాయి.

"ఇక్కడో గది ఉంది, గురువుగారు!" అని అంది ఓ గొంతు.

"అమ్మయ్య, తలదాచుకోవడానికి కాస్తంత చోటు దొరికింది" గురువుగారి గొంతు పలికింది.

గది పక్కగా ఓ బండొచ్చి ఆగింది. ఆ చప్పుడు విని ఎర్విన్ గడ్డిలో దాక్కున్నాడు.

"వాన పెరుగుతోంది, తడిసిపోతాం" అని లోపలికి వస్తున్న ఇద్దరు వ్యక్తులలో ఒకతను అన్నాడు. చూడటానికి ఆయన మత గురువుగా ఉన్నాడు.

"ఈ వాన వల్లే, ఉత్తరాది సైనికులు ఇటు రావడం ఆలస్యమవుతుందేమో?" అని అన్నాడు ఇంకో వ్యక్తి.

మత గురువు తన టోపీని తీసి గట్టిగా విదిలించి, దాన్ని అక్కడి గోడకు ఉన్న ఓ మేకుకి తగిలించాడు. బాగా పొడగరైన అతడికి సుమారు యాభై సంవత్సరాల వయసుండవచ్చు. అతడి సహచరుడు మాత్రం పొట్టిగా, లావుగా ఎర్రటి రంగులో ఉన్నాడు. అతడి గడ్డం ఇప్పుడిప్పుడే నెరుస్తోంది.

"ఆక్రమణదారులకి, మనకి మధ్య రక్షణగా మన దక్షిణాది సైనికులు ఉన్నారు. ఇక వాతావరణం నుంచి మనకు ఎటువంటి సాయమూ అక్కరలేదు" చెప్పాడు మతగురువు.

"వాతావరణం మనకి హాని చేయదు" అన్నాడు పొట్టి వ్యక్తి.

"నేను అదే అనుకుంటున్నాను" అన్నాడు మతగురువు,

ఎర్విన్ వీళ్ళ మాటలు వింటూ, గడ్డిలో కదలకుండా దాక్కుని ఉన్నాడు. అతడికి వాళ్ళకి మధ్య 15 అడుగుల దూరం కూడా లేదు. ఉత్తరాది సైనికులు దగ్గరలోనే ఉన్నారనే వార్త వినేసరికి అతడికి ఉత్సాహం కలిగింది, కాని దొరికిపోతాననే భయంతో కదలకుండా ఉండిపోయాడు.

"యుద్ధం త్వరగా ముగిస్తే బాగుండు, బీభత్సం సృష్టిస్తోంది" అన్నాడు పొట్టి వ్యక్తి.

"ఏదో చప్పుడవుతోంది. విను" అన్నాడు మత గురువు చేయి పైకెత్తి.

రేకులపై టపటపా పడుతున్న వాన చినుకుల చప్పుడు కన్నా పెద్దగా గుర్రం గిట్టల శబ్దం వినపడింది. వెంటనే ఒక రౌతు తన గుర్రంతో సహా ఆ గదిలోకి వచ్చాడు. అతడు పొడగరి, అతడు ధరించిన బూడిద రంగు దుస్తులను బట్టి, అతడు దక్షిణాది రాష్ట్రాలకు చెందిన సైనికాధికారని తెలుస్తోంది. అక్కడున్న మతగురువని, పొట్టి వ్యక్తిని పలకరించాడు. వారిద్దరూ బదులిచ్చారు,

"అమ్మయ్య. బూడిద రంగు దుస్తుల సిపాయిని చూస్తే, ఆందోళన తగ్గి, హాయిగా వుంది." అని నవ్వుతూ, "ఉత్తరాది సైనికుల సంగతులు ఏమిటి మేజర్?" ప్రశ్నించాడు పొట్టి వ్యక్తి.

బదులుగా మేజర్ నవ్వి "మీరు ఉత్తర దిశగా వెడితే గాని, ఈ రోజు నీలి దుస్తుల సైనికులని చూసే అవకాశం లేదు. బహుశా అది అంత సరైన ఆలోచన కాకపోవచ్చు" అన్నాడు.

పొట్టి వ్యక్తి తలూపాడు. "నిజమే! అది అంత సరైన ఆలోచన కాదు. నన్ను మీకు పరిచయం చేసుకోనివ్వండి. నా పేరు జెబ్ జాన్సన్. ఇప్పటికి దక్షిణ దిశగా నాకు తోటలు ఉన్నాయి. ఇక, నా మిత్రుడి పేరు క్లైమ్ కోలన్, ఈయన మత గురువు." మేజర్‌తో చెప్పాడు.

"మీరు పరిచయం అవడం నాకెంతో సంతోషంగా ఉంది. నా పేరు ఆండ్రూ విల్కిన్స్" చెప్పాడు మేజర్.

"మీరు ఏ ప్రాంతం వారు మేజర్?" అడిగాడు జెబ్.

"వర్జీనియా" చెప్పాడు మేజర్.

"గొప్ప ప్రాంతం" మెచ్చుకున్నాడు జెబ్.

"నాకా ప్రాంతాన్ని సందర్శించే భాగ్యం కలగలేదు. కాని గొప్ప ఊరని విన్నాను" చెప్పాడు మతగురువు. అతడి మాటలెంతో మృదువుగా ఉన్నాయి. ఈ మార్దవం ఏళ్ళ తరబడి వేదికలపై నుంచి ప్రసంగించడం వల్ల వచ్చిన అలవాటు. తన ముఖంలో ఎటువంటి భావాలు లేకుండా తలాడించాడు మేజర్. ఈ ముగ్గురు మాట్లాడుకుంటుండగా, మేజర్ గుర్రం వెళ్ళి ఎర్విన్ దాక్కున్న గడ్డివామిలోంచి తన నోటికి చిక్కినంత గడ్డిని దొరకపుచ్చుకుంది. దాంతో గడ్డివామి నుంచి దుమ్ము పైకి లేచింది. ఎంత ఆపుకుందామని ప్రయత్నించినా తుమ్మకుండా ఉండలేకపోయాడు ఎర్విన్. ఆ శబ్దానికి గుర్రం కూడా సకిలించింది.

"ఏంటా శబ్దం?" ప్రశ్నించాడు మత గురువు.

"అక్కడ ఎవరో ఉన్నట్లున్నారు" చెప్పాడు జెబ్.

మేజర్ కత్తి దూసి, గడ్డివామి వైపు కదిలాడు. అక్కడికి చేరి, "మర్యాదగా బయటకి రండి. మీకేం ప్రమాదం లేదు" అన్నాడు.

ఎర్విన్ మరింత లోపలికి దాక్కోవడానికి ప్రయత్నిస్తూ, మేజర్ కంటపడ్డాడు, "బయటకు రా" అంటూ ఎర్విన్ చేయి పట్టుకుని బయటకు గుంజాడు మేజర్.

"నేను ముందే చెప్పానా, ఎవరో ఉన్నారని. చూడబోతే బానిసలా ఉన్నాడు" అన్నాడు జెబ్ నవ్వుతూ. మతగురువు కూడా అంగీకారంగా తలూపుతూ, "వీడు పారిపోతున్న బానిస అని నేను పందెం కాస్తాను. లేకపోతే ఇక్కడ దాక్కోవలసిన అగత్యం లేదు" అన్నాడు.

ఎర్విన్ వణుకుతూ, మేజర్ కాళ్ళమీద పడ్డాడు. మేజర్ తన కత్తిని ఒరలో పెట్టుకున్నాడు.

"నీ యజమాని ఎవర్రా?" ఎర్విన్‌ని అడిగాడు జెబ్. ఎర్విన్ భయం నిండిన కళ్ళతో అతడికేసి చూశాడు.

"నేను నిన్నో ప్రశ్న అడిగాను. నీకు వినయవిధేయతలుంటే, బహుశా సరిగ్గా సమాధానం చెప్పేవాడివేమో!" కోపంగా అన్నాడు జెబ్. ఈసారి కూడా ఎర్విన్ మౌనంగానే ఉండిపోయాడు. "వీడికి పెద్దమనుషులను గౌరవించడం తెలిసినట్టు లేదు" అన్నాడు మతగురువు.

"నా ప్రశ్నకి జవాబు చెప్పు" అంటూ జెబ్ ఎర్విన్ కేసి దూసుకుపోయాడు.

వెంటనే మేజర్ ఎర్విన్‌కి జెబ్‌కి మధ్యగా వచ్చి నిలబడ్డాడు.

జెబ్ వచ్చి మేజర్‌ని గుద్దుకుని ఆగాడు.

"క్షమించండి మేజర్. నేనీ బానిసకో గుణపాఠం నేర్పాలనుకున్నాను" అన్నాడు జెబ్.

"ఆ అవసరం ఏమీ లేదు" చెప్పాడు మేజర్ స్థిరంగా. జెబ్ నిర్ఘాంతపోయాడు.

"మీరు ఏమంటున్నారో నాకర్థం కాలేదు" అన్నాడు జెబ్.

"ఇతడికి మీరు గుణపాఠం నేర్చాల్సిన అవసరం లేదని నేను అన్నాను" చెప్పాడు మేజర్.

"మీ ఉద్దేశమేమిటో నా కర్థం కాలేదు" అన్నాడు జెబ్.

"బహుశా, మేజర్ గారే స్వయంగా వీడికి గుణపాఠం నేర్చాలనుకుంటున్నారేమో, ఉత్తరాది సైనికులతో పోరాడుతున్నందువల్ల ఆయనకా హక్కు ఉంది" అన్నాడు మతగురువు.

"మీరు చెప్పేది నిజమే. ఆయన హక్కుని నేను కాదనడం లేదు. అయితే వీడిని చంపకూడదు. వీడిని చూస్తే బాగా పనికొచ్చేవాడిలా ఉన్నాడు. వీడు విలువైన ఆస్తి" అని అంటూ, "వీడిని మీరు చంపబోవడం లేదు కదా?" అని మేజర్‌ని అడిగాడు జెబ్. మేజర్ లేదన్నట్లుగా తలూపాడు.

ఎర్విన్ కళ్ళ పెద్దవి చేసి, నోరెళ్ళబెట్టి వీరి సంభాషణని వింటున్నాడు.

"మీరేం చేస్తారో చేయండి" అని అన్నాడు జెబ్ మేజర్‌తో. కాని మేజర్ కొంచెం కూడా కదల్లేదు, వాళ్ళిద్దరికేసి చూస్తూ "గుణపాఠాలు నేర్పడంపై నాకు నమ్మకం లేదు. ఈ యువకుడికి నేనేం పాఠం నేర్పబోడం లేదు" అన్నాడు. జెబ్, మతగురువు మేజర్ కేసి విస్మయంగా చూశారు.

"మేజర్, మీరు దక్షిణాది రాష్ట్రాలకు చెందినవారు. వీడేమో పారిపోతున్న బానిస. దక్షిణాది రాష్ట్రాల చట్టాల ప్రకారం బానిసలు పారిపోవడం నేరం! పారిపోడానికి సహాయం చేయడం కూడా నేరమే" అన్నాడు మత గురువు హెచ్చరిస్తున్నట్లుగా.

"దక్షిణాది రాష్ట్రాల చట్టాల గురించి మీరు నాకు చెప్పాల్సిన అవసరం లేదు" పొడిపొడిగా జవాబిచ్చాడు మేజర్.

జెబ్ చిరాగ్గా ముఖం పెట్టి, "ఒకవేళ వీడు ఉత్తరాది సైనికుల కంటబడితే, వాళ్ళ వీడికి నీలి దుస్తులు తొడిగి, చేతికో తుపాకి ఇచ్చి మన దక్షిణాది వాళ్ళని చంపమని పంపుతారు" అన్నాడు మేజర్‌తో. మేజర్ సమాధానం చెప్పలేదు. మతగురువు తన మృదువైన గొంతుతో, "మేజర్ వీడిని మీరైనా క్రమశిక్షణలో పెట్టండి. లేదా మమ్మల్ని పెట్టనివ్వండి. కనీసం వీడి యజమాని పేరైనా తెలుసుకుని, వీడిని ఆయనకి అప్పగించాలి" అని అన్నాడు మేజర్‌తో. మేజర్ ఇంకా మౌనంగానే ఉన్నాడు, "మీకేమైంది?" అంటూ జెబ్ మేజర్ కేసి దూసుకుపోయాడు. వెంటనే మేజర్ కత్తి దూశాడు. దాంతో జెబ్ వెనక్కి తగ్గి, "మీకు పిచ్చి పట్టింది" అన్నాడు.

"దక్షిణాది రాష్ట్రాలకు చెందిన అధికారి, ఓ పారిపోతున్న బానిసకి రక్షణ కల్పించడం నేనెన్నడూ చూడలేదు" అన్నాడు మతగురువు వెటకారంగా.

"మీరిద్దరూ చాలా వాటిని చూసి ఉండరు" అని వ్యంగ్యంగా అంటూ, "గెటీస్‌బర్గ్ పోరాటంలో మీరెప్పుడైనా పాల్గొన్నారా?" అడిగాడు మేజర్. వాళ్ళిద్దరూ లేదన్నట్లుగా తలూపారు. "అంటే మనుషులు ఫిరంగులవైపుకి నడపడం మీరెన్నడూ చూడలేదన్నమాట. రణరంగంలోని వైద్యశిబిరంలో క్షతగాత్రులకు చికిత్స చేయడం చూశారా? కనీసం గాయపడిన గుర్రాల ఆక్రందనలైనా విన్నారా?" ప్రశ్నించాడు మేజర్ ఆవేశంగా.

"మేజర్, వాటికీ ఇప్పడీ బానిసని క్రమశిక్షణలో పెట్టడానికి ఏమిటి సంబంధం?" అడిగాడు జెబ్ విసుగ్గా.

"ఇదంతా బాధించడం, ప్రాణాలు తీయడానికి సంబంధించినది. ఇప్పటి వరకు జరిగిన అకృత్యాలు చాలు. ఈ విధంగా మీరు ఒకరిని అనవసరంగా బాధించడం నేను చూడలేను" బదులిచ్చాడు మేజర్.

"మీరు పొంతనలేని విషయాలు మాట్లాడుతున్నారు మేజర్. ఈ బానిస ఒకరి వ్యక్తిగత ఆస్తి. వీడికేమైనా అది మనకనవసరం. పోతే రణరంగంలో ఏం జరుగుతుందనేది అందరికి అవసరం. దక్షిణాది రాష్ట్రాల ఉద్ధరణ..." మతగురువు ఇంకా తన మాటలను పూర్తి చేయకముందే - మేజర్ వ్యంగ్యంగా నవ్వి "ఉద్ధరణా, దక్షిణాది రాష్ట్రాలను ఉద్ధరించడం గురించి మీరు నాకు చెబుతున్నారా?" అంటూ కత్తిని వాళ్ళకేసి గురిపెట్టి వారివైపు నడిచాడు.

వాళ్ళిద్దరూ భయంతో వెనుకడుగు చేశారు.

"శాంతించండి మేజర్. ఇప్పటికే మీరు చాలా యుద్ధాలు చేసి ఉంటారు.

అందుకే తరచూ కత్తి దూయడం అలవాటైనట్లుంది" అన్నాడు జెబ్.

"హూ, యుద్ధాలు! మీలాంటి ఉన్మాదులే నాలాంటి అమాయకులని యుద్ధాలకి పంపుతారు. మేమేమో మీకోసం యుద్ధాలు చేస్తుంటే, మీరేమో హాయిగా తోటలలో కూర్చుని ఉంటారు. లేదా వేదికలపై నుంచి గొణుగుతుంటారు. ఇప్పటిదాకా జరిగిన రక్తపాతం చాలదన్నట్లు మీకింకా యుద్ధాలపై మోజు తీరలేదు. ఈ యువకుడిని చావగొట్టి తిరిగి తన యజమాని వద్దకు పంపాలని మీ కోరిక. అతడికి ఏమైనా మీకు బాధ లేదు." ఆవేశంగా అన్నాడు మేజర్.

"మీకు పిచ్చెక్కినట్లుంది. లేకపోతే పారిపోతున్న ఈ నల్లవాడిని ఎందుకు సమర్థిస్తారు?" అన్నాడు జెబ్.

"అతడికేసి చూడండి" అన్నాడు మేజర్, ఎర్విన్ కేసి వేలు చూపిస్తూ. వాళ్ళిద్దరూ మేజర్ కేసి చూడసాగారు.

"అతడికేసి చూడమన్నాను"ఈసారి కాస్త గట్టిగా చెప్పాడు మేజర్. వాళ్ళిద్దరూ మేజర్ కేసి చూడసాగారు.

"ధరించినవి చింకి దుస్తులు. కనీసం కాళ్ళకు చెప్పులైనా లేవు. అర్ధాకలితో ఉన్నాడు. దొరికిపోతే ఏం జరుగుతుందో అతడికి బాగా తెలుసని నా అభిప్రాయం! అయినా తెగించి పారిపోయాడు. ప్రమాదాన్ని ఆహ్వానించాడు. ఇదే మన దక్షిణాది రాష్ట్రాల కర్తవ్యాన్ని తెలుపుతోంది. కాదా? తెలివైన వాడెవడూ ఇటువంటి దుస్థితిని కోరుకోడు - ఊహకి కూడా అందని దుర్భర పరిస్థితులలో ఉంటే తప్ప" అన్నాడు మేజర్.

"వీడసలు మనిషే కాదు. కేవలం ఓ బానిస" అన్నాడు జెబ్.

"మూర్ఖంగా మాట్లాడకు, మన రక్తం వలెనే ఇతడి నెత్తురు కూడా ఎరుపే. ఇతడు కూడా మీలా, నాలా నొప్పికి, బాధకి స్పందిస్తాడు" అన్నాడు మేజర్.

"మేజర్ ఒక దక్షిణాది వాడిగా మీకు మీ బాధ్యతని గుర్తు చేయడం మాకు తప్పనిసరి" అన్నాడు మతగురువు.

"బాధ్యతా? బాధ్యతల గురించి నాకు చెప్పడానికి మీరెవరు? మర్యాదగా ఇక్కడ నుంచి కదలకపోతే, ముక్కలు ముక్కలుగా నరుకుతాను" అని అరిచాడు మేజర్. వాళ్ళిద్దరూ హతాశులయ్యారు.

"బయటకు పొండి." అంటూ మేజర్ కత్తి పట్టుకుని వాళ్ళవైపు నడిచాడు. వెంటనే వాళ్ళిద్దరు వర్షంలోకి పరుగెత్తారు. మేజర్ కత్తి దించకుండా గుమ్మం

దగ్గర నిలుచున్నాడు. వాళ్ళ బండి బయల్దేరేవరకు కదలకుండా అక్కడే నిలుచున్నాడు. తర్వాత గట్టిగా ఊపిరి పీల్చి కత్తిని ఒరలో పెట్టేశాడు.

జరుగుతున్న ఈ ఘర్షణనంతా కదలకుండా చూస్తున్న ఎర్విన్, మేజర్ కేసి దృష్టి సారించాడు. గుమ్మం దగ్గర నుంచి లోపలికి వచ్చి అలసటగా ఉండటంతో కళ్ళు నులుముకున్నాడు మేజర్.

"ధన్యవాదాలు మేజర్" అన్నాడు ఎర్విన్ మెల్లగా.

మేజర్ ఎర్విన్‌ని ఎగాదిగా చూసి, "ఆకలేస్తోందా?" అని అడిగాడు.

"అవును. పిచ్చాకలి" అని బదులిచ్చాడు ఎర్విన్. మేజర్ తన సంచిలోంచి ఓ రొట్టె ముక్కల కట్ట తీసి, "పెద్ద రుచిగా ఉండదు. కాని సైనికులకి నచ్చుతుందంటే, నీకు కూడా నచ్చుతుంది. నీ ఆకలి తీర్చుకో" అంటూ దాన్ని ఎర్విన్‌కి అందించాడు.

"కృతజ్ఞుడిని" అంటూ ఆ రొట్టెలని అందుకున్నాడు ఎర్విన్. అతడు తింటున్నంతసేపు మేజర్ గుమ్మంకేసి చూస్తూ నిలుచున్నాడు.

ఎర్విన్ తినడం పూర్తి కాగానే, మేజర్ అతడి వైపు తిరిగి కత్తి చూశాడు. ఎర్విన్ అదిరిపోయాడు.

"కంగారు పడకు, నేనో పటం గీయబోతున్నాను" అంటూ మేజర్ నవ్వాడు. తర్వాత బూటుకాలితో క్రింద గడ్డిని జరిపి, మట్టిని చూపాడు. "మనం ఇక్కడ ఉన్నాం" అంటూ, ఉత్తరం వైపు ఓ గీత గీసి, "ఈ దారినే ముందుకు వెళితే, నదికి ఆవలి తీరాన ఉత్తరాది సైనికులు ఉన్నారు. అర్థమైందా?" అని అడిగాడు. ఎర్విన్ అర్థమైందంటూ తలూపాడు.

"మంచిది. నీకు అక్కడకి చేరడానికి రెండు మూడు గంటలు పడుతుంది, నది ఇలా ఉంది" అంటూ నేల మీద వంకరగా గీతలు గీశాడు మేజర్. "ఇక్కడ నదిని దాటడం సులువు. కొంచెం దూరంలో దక్షిణాది సైనికులు ఉన్నారు. నువ్వు వాళ్ళ కంటబడితే ప్రమాదం. కాబట్టి వాళ్ళు వెళ్ళేవరకు చెట్లలో దాక్కో. వాళ్ళు అక్కడ మహా ఉంటే ఓ అరగంట సేపు ఉంటారు. ఆ తర్వాత నువ్వు తప్పించుకోడానికి కావలసినంత సమయం దొరుకుతుంది" అంటూ, "నేను చెప్పేది స్పష్టంగా ఉందా?" ఎర్విన్‌ని అడిగాడు. "అర్థమైంది" అంటూ మేజర్ చెప్పిన గుర్తులన్నింటిని తిరిగి చెప్పాడు ఎర్విన్.

"సరే, వర్షం తెరిపిస్తోంది. ఇక మనం బయల్దేరడం మంచిది. లేకపోతే వాళ్ళు తిరిగి వచ్చినా వస్తారు" అని అన్నాడు మేజర్. ఎర్విన్ తలూపాడు. మేజర్

తన గుర్రం కళ్ళెం పట్టుకుని బయటకు చూడసాగాడు. "వాళ్ళిద్దరిలో ఎవరో ఇక్కడ తన రగ్గుని మరచిపోయారు. నీకు కావాలంటే తీసుకో" అని అన్నాడు.

"వద్దు మేజర్, అది దొంగతనమవుతుంది" అని అన్నాడు ఎర్విన్.

మేజర్ తృప్తిగా తలాడించి, బయటకు వెళ్ళి గుర్రం ఎక్కి, "నీకు మేలు కలుగు గాక" అన్నాడు.

"మీకు కూడా మేలు జరగాలని నా కోరిక మేజర్! పైగా ఈ యుద్ధం ఒకటి. మీకు విజయం ప్రాప్తించు గాక" అన్నాడు ఎర్విన్.

మేజర్ చిన్నగా నవ్వి "మేమీ యుద్ధంలో గెలవకపోవచ్చు" అన్నాడు.

"అలా అనకండి మేజర్" అన్నాడు ఎర్విన్. మేజర్‌కి కూడా ఏదో ఒక మేలు జరగాలనేది అతడి ఉద్దేశం.

"మాకు ఓటమి తప్పదు. జరిగేది అదే! మనం భిన్నమైన మార్గాలలో ఉన్నాం. నా ప్రయాణం అధోముఖం, నీది పైపైకి! తరతరాలుగా శారీరకంగానూ, నైతికంగాను పతనమైన వ్యవస్థకి నేను రక్షణగా ఉన్నాను. నువ్వేమో ప్రగతిపథంలో దూసుకుపోతున్నావు. మనుషులే తప్ప బానిసలు ఉండని రోజు వైపు నీ పయనం సాగుతోంది. నేను గతాన్ని. గతించక తప్పదు. నువ్వు భవితవి. జీవించవలసినవాడివి." అని చెప్పాడు మేజర్ ప్రశాంతంగా.

ఎర్విన్ మేజర్‌నే చూస్తుండిపోయాడు.

"నీ పేరేమిటి?" అని అడిగాడు మేజర్. తన పేరు చెప్పాడు ఎర్విన్.

"ఎర్విన్, నీకు శుభం కలుగుగాక" అని చెప్పి, మేజర్ తన గుర్రాన్ని దౌడు తీయించాడు. తన దృష్టి నుంచి మేజర్ కనుమరుగయ్యే దాకా చూసి, ఎర్విన్ అడవిలోకి గబగబా పరుగెత్తాడు.

3

తన గమ్యం

మూల కథని అరబిక్‌లో నాజర్ ఇబ్రహీం వ్రాయగా, టలిన్ వోక్సెరిచియన్ ఆంగ్లంలోకి అనువదించారు.

ఆంగ్ల అనువాదం 'ది ఘోస్' పేరిట 'వర్డ్స్ వితవుట్ బోర్డర్స్' అనే సాహిత్య వెబ్‌సైట్ నవంబర్ 2006 సంచికలో ప్రచురితమైంది.

తెలుగు అనువాదం 1 జూలై 2007 నాటి వార్త దినపత్రిక ఆదివారం అనుబంధంలో ప్రచురితమైంది.

బహుశా ఇదొక వేళాకోళమేనేమో – ఐనా అదే ఒక కథై కూర్చుంది. అందరి కథ.

రమల్లా వెళ్ళడానికి నిజార్ అంతగా ఎందుకు పట్టుబడుతున్నాడో ఎవరికీ అర్థం కావడం లేదు. పరిస్థితి ఏమీ బాగోలేదు – మిలిటరీ చెక్‌పోస్టులు, అవమానాలు, దుమ్ము ధూళిల అడ్డంకులు. కొండల మధ్య నడక వల్ల విపరీతమైన అలసట! అయినా సరే 'వెళ్ళి తీరాలి' అన్నాడు నిజార్.

"అక్కడ నేను చేయాల్సిన ముఖ్యమైన పనొకటి ఉంది. శ్రమతో కూడిన ప్రయాణానికి నేనెప్పుడూ సిద్ధమే. అలాంటి వాటికి మనం ఎప్పుడో అలవాటు పడ్డాం. అదిప్పుడు మనకి సర్వసాధారణం! మన జీవితాలలో అసాధారణమనుకొన్న ప్రతీదాన్ని సహజమైన విషయంగా మార్చేస్తున్నామని ఇజ్రాయిల్ వాళ్ళు గ్రహించడం లేదు. అంతకంటే మనమేం చేయగలం? చచ్చే వరకూ ఎదురుచూడాలా? దేనికోసం?" అన్నాడు.

కారు ఎక్కి బయల్దేరాడు. ఎలాగైనా రమల్లా చేరాలి! వేరే లక్ష్యం లేదు. కారు కొండల మధ్యగా ప్రయాణిస్తోంది. మొదటి కిలోమీటరు మేర దారి బురదతోనూ, మరో కిలోమీటరు మేర దుమ్ము, ధూళితోనూ నిండి ఉంది. ముందుకు చూస్తుంటే దూరంగా చెక్‌పోస్టు కనబడుతోంది. చెక్‌పోస్టును తప్పించుకోడం కోసం పక్కదార్లు ఉన్నాయి. ఈ పక్కదార్లు – చెక్‌పోస్టుల వద్ద జవానుల ఆదేశాల నుంచి తప్పించుకోడంలోనూ, వాళ్ళ ఘాతుకాల నుంచి తమని తాము కాపాడుకోడంలోనూ – అలసిపోకుండా ఉండడంలో పాలస్తీనీయులని నిష్ణాతులుగా చేశాయి.

తమ ఇళ్ళని కోల్పోయి, దార్లు మూసుకు పోయినప్పుడు మరో మార్గం వెదుక్కుని, సమస్యలకి పరిష్కారం కనుగొనే దిశగా చుట్టూ తిరిగిపోవడంలో వాళ్ళు చీమలబారు లాంటి వాళ్ళు. చీమలు అనేక రోజుల పాటు చిన్న చిన్న మట్టి రేణువులను తమ నోటితోనూ, కాళ్ళతోనూ మోసుకొచ్చి పుట్టలని ఏర్పాటు చేసుకొంటాయి. మొదట ఓ చిన్న కన్నం తయారవుతుంది. కాని అది చాలు. ఏదో ఒక చీమ పొరపాటున గాని, కావాలని గాని ఆ కన్నాన్ని ధ్వంసం చేస్తుంది. ఒక్క క్షణం పాటు చీమలు ఆందోళన చెందుతాయి, ఏం చేయాలో ఆలోచిస్తాయి, గుమిగూడతాయి. ఏం చేయాలో నిర్ణయించుకుంటాయి. పని

ప్రారంభిస్తాయి. పుట్టని పునర్నించుకుంటాయి.

ఈ మట్టి రోడ్లపైన మనుషులు చిన్న చిన్న నల్ల ముద్దలుగా, వరుసలలో కదులుతుంటారు. ఈ మనుషుల గుంపు కాసేపు నడుస్తుంది, కాసేపు ఆగుతుంది. మళ్ళీ కాసేపు నడుస్తుంది. తమ గమ్యం చేరడం కోసం దేన్నైనా ఎక్కడం కోసం వాళ్ళు తయారే. నరకానికైనా సిద్ధమే! తిన్నగా ఉండే మార్గాలలో వాళ్ళంతా చేతులు పట్టుకొని నడుస్తారు. అడ్డుగా పెట్టిన బండరాళ్ళ మీది నుంచి జాగ్రత్తగా దూకుతారు. ఓ గంట తర్వాత మొదటి గుంపు నడచిన మార్గాన్ని బుల్‌డోజర్లు నాశనం చేయవచ్చు. రాళ్ళు, మట్టి, సిమెంటు దిమ్మలతో అడ్డంకులు కల్పించవచ్చు. ఈ మనుషుల రెండో గుంపు ఆగుతుంది. చుట్టూ చూస్తుంది. తన మీద తనే జాలి పడుతుంది. చెమట పట్టిన ముఖాలపై నుంచి కన్నీళ్ళ కారుతాయి. కాని అంతలోనే మరో దారి వెతుక్కుంటుంది. వాళ్ళు అలుపెరుగని మొండివాళ్ళు.

అందరిలాగే నిజార్ తన ప్రయాణాన్ని కొనసాగించాడు. కారు వదిలేసాక చాలా దూరం నడిచాడు. కాళ్ళు నొప్పులుగా ఉన్నాయి. కొండ ఎక్కేడప్పుడు జారిపోయాడు. ఓ ముసలాయన చేయి ఆసరా ఇచ్చి పైకి లేపాడు. ఇద్దరు కలసి కొండ ఎక్కసాగారు. నిజార్ రమల్లా వెళ్ళితీరాలి. కాని ఈ శ్రమలో అసలు రమల్లా వెళ్ళవలసిన కారణమేమిటో అతడికి గుర్తు రాలేదు. అయితే అదేమంత పెద్ద విషయం కాదు. రమల్లా చేరగలగడమే గొప్ప. పట్టుదలతో సాధించి, రమల్లా చేరగలిగితే అదే తన విజయం! అది చాలు తనకి.

కాలం సుదీర్ఘం. వాతావరణం ఉక్కగాను, ధూళితోను నిండి ఉంది. బారికేడ్లు, జవాన్లు, తిట్లు, అవమానాలు. ఇవన్నీ ఒకదానితో ఒకటి అతి సులువుగా కలసిపోతాయి. వెళ్ళేడప్పుడు, వచ్చేడప్పుడు ఈ వ్యథ తప్పదు. వెనుక అవమానాలు... అడ్డంకులు... ముందు కూడా అవే. అందుకే ముందుకే నడిచాడు నిజార్. ఒక జాతి యావత్తూ పక్కదారులు వెదుకుతోందంటే, అక్కడేదో సమస్య ఉందనేది తర్కబద్ధమే.

ఈ ప్రయాణం అసమానత్వంపై తిరుగుబాటు, వ్యథ యొక్క గెలుపు. ఇలా ఆలోచనలతోనే ఓ కొండ ఎక్కేసాడు నిజార్. ప్రతీ కొండా అతడు అధిగమించాల్సిన ఆటంకమే. మరింత ఉత్సాహాన్ని తెచ్చుకుని నడక సాగించాడు. ముఖంపై కదలాడే చిరునవ్వు అతడి పట్టుదలకి ప్రతిరూపం. పడుతూ లేస్తూ, కొండలని ఎక్కుతూ దిగుతూ, ఒక్కో కారు మారుతూ, చెక్‌పోస్టులను దాటుకుంటూ తన ప్రయాణాన్ని కొనసాగించాడు నిజార్.

ఆరు గంటలపాటు ప్రయాణించాక, కలండియా శరణార్థుల శిబిరానికి చేరాడు. అక్కడి నుంచి తన గమ్యం మరింత దగ్గర, ఆ కాస్త దూరం వెళ్ళగలిగితే

తను గెలిచినట్టే. కార్లు వరుసగా బారులు తీరి ఉన్నాయి. చుట్టూ పరిశీలించాడు నిజార్. రోడ్డుకు అటు ఇటు వాహనాల మధ్య చీమల్లా బారులు తీరి నడుస్తున్నారు ఆడవాళ్ళు, పిల్లలు, యువకులు, వృద్ధులు, విక్రేతలు, విద్యార్థులు, గాడిదలు! స్వరాలు, కేకలు, లోగొంతు మాటలు... ప్రాధేయపడడాలు – మనుషుల రకరకాల భావోద్వేగాల మిశ్రమం ఆ ప్రదేశం! వాళ్ళ జీవితంలోని వ్యథకి, చీకటికి, పట్టుదలకి ప్రతిరూపం!

నిజార్ లైనులో నిలబడ్డాడు. ఓ మిలిటరీ జీపు వీళ్ళ మీద దుమ్ము రేపుతూ వెళ్ళింది, అది కనుమరుగయ్యే వరకు శాపనార్థాలు పెట్టారు జనాలు. పైన ఎండ మాడిపోతోంది. జనాల నుదుటిపై నుంచి చెమట ధారాళంగా కారుతూ, వాళ్ళ కళ్ళని మసకగా చేస్తోంది. అయినా వాళ్ళకి ముందుకు వెళ్ళడం తప్ప వేరే దారి లేదు. నిజార్‌కి ఇక ఓపిక లేదు, ముందుకి కదిలాడు. "పౌర వ్యవహారాల శాఖ నుంచి అనుమతి పత్రం లేకపోతే నిన్ను వెళ్ళనివ్వరు." ఎవరో వెనుక నుంచి అరిచారు. "నేను రమల్లా వెళ్ళితీరాలి, అనుమతి ఉన్నా లేకపోయినా నేను పట్టించుకోను" అని కదిలిపోయాడు నిజార్.

చెక్‌పోస్టు వద్దకి చేరుకున్నాడు. సిమెంటు దిమ్మెల ముందు నిలుచుకున్నాడు. అక్కడ కొంత మంది జవాన్లు గస్తీ తిరుగుతున్నారు. వాళ్ళలో కొంతమందికి కనీసం పద్దెనిమిది ఏళ్ళయినా ఉండి ఉండవు. నూనుగు మీసాలైనా రాలేదు. వాళ్ళముందు వందల సంఖ్యలో స్త్రీ పురుషులు ఎంతో ఆశగా ఎదురుచూపులు చూస్తున్నారు. తమ శక్తిమేర జవాన్లని ఒప్పించడానికి ప్రయత్నిస్తున్నారు. కాని ఫలితం లేదు. ప్రాధేయపడడాలు, కన్నీళ్ళు, వయసు, జబ్బులు, చదువులు.... ఇవేవి జవాన్లని కదిలించలేకపోయాయి.

"కుదరదంటే కుదరదు. అంతే" ఇదే జవాన్ల సమాధానం.

జనాల గలాభా ఎక్కువైతే ఓ జవాబు పొగబాంబు విసిరాడు. జనాలు చెల్లాచెదురైపోయారు. కొందరు దగ్గసాగారు. కొందరు స్పృహ తప్పారు. అయినా జవాన్ల గుండె కరగలేదు.

"కుదరదంటే కుదరదు. అంతే" ఇదే జవాన్ల సమాధానం.

జనాలు మళ్ళీ వరుసలో నిలుచున్నారు. నెమ్మదిగా కదలసాగారు. నిజార్ ముందుకి నడిచాడు. సిమెంటు దిమ్మెల ముందు ఆగాడు. రెండు దిమ్మల మధ్య ఉన్న ఇరుకుదారి గుండా వెళ్ళడానికి ప్రయత్నించాడు. "ఏయ్, ఆగాగు! ఎక్కడికి వెడుతున్నావు?" ఓ జవాను అరిచాడు.

"నేను ముందుకి వెళ్ళాలి"

"అనుమతి ఉందా?"

"లేదు"

"అయితే వెనక్కి వెళ్ళిపో! అనుమతి లేకుండా ముందుకు వెళ్ళడం నిషిద్ధం."

"కాదు మిస్టర్! నేను తప్పనిసరిగా వెళ్ళాలి. ఇంత దూరం వచ్చాను కదా అక్కడ నాకు చాలా ముఖ్యమైన పని ఉంది."

"నాకనవసరం. అనుమతి లేకుండా వెళ్ళకూడదు. వెనక్కి వెళ్ళిపో. లేదంటే కాల్చేస్తాను".

"నువ్వు కాల్చాలని ఎందుకు అనుకుంటున్నావు? నేను నిరాయుధుడిని. కనబడడంలేదా? వెళ్ళనీ."

"నేను కుదరదని చెప్పాను కదా! నిషేధం ఉంది"

నిజార్ కాసేపు ఆలోచించాడు. వెనక్కి తిరిగి లైన్లో నిలుచున్న జనాలకేసి చూసాడు. మరోసారి ప్రయత్నించాడు. "ప్లీజ్, కావాలంటే నా ఐడెంటిటీ కార్డు నేను తిరిగి వచ్చే వరకూ నీ దగ్గర ఉంచుకో, ఇదిగో."

"నాకది అవసరం లేదు. అనుమతి లేకుండా ముందుకి వెళ్ళడం నిషేధం. ఇదే నా తుది నిర్ణయం."

"ఎందుకు సోదరా? నీకు ఏం కావాలి? నేను రమల్లా వెళ్ళితీరాలి."

ఆ జవాను ఒకసారి వెనక్కి తిరిగి మిగతా జవాన్ల వైపు చూసాడు. తిరిగి తన దృష్టిని నిజార్ కేసి మళ్ళించాడు. తమాషా చేయడానికి, కాసేపు నవ్వుకోడానికి ఓ అవకాశం కలిగినట్లు అతడు గ్రహించాడు. ఐడెంటిటీ కార్డుని ఇవ్వమని అడిగాడు. నిజార్ మాట్లాడకుండా దాన్ని అందించాడు. జవాను దానికేసి, నిజార్ ముఖంకేసి పరీక్షగా చూడసాగాడు. కొన్ని క్షణాలు గడిచాయి.

"విను. నీ టోపీ తీసేస్తే నిన్ను వెళ్ళనిస్తాను."

నిజార్ జవానుకేసి అపనమ్మకంగా చూశాడు. కాని వెంటనే తన టోపీని తీసి దూరంగా గాలిలోకి విసిరేశాడు.

"ఇప్పుడు నేను వెళ్ళచ్చా?"

జవాను గట్టిగా నవ్వాడు. అతడి దృష్టి టోపీ మీదే ఉంది. ఆ టోపీ ఎగిరి జనాల మధ్యలో పడి కనబడకుండా పోయింది.

"అప్పుడే అయిపోలేదు. నువ్వు ముందుకు వెళ్ళాలంటే మరికొన్ని షరతులు ఉన్నాయి" అన్నాడా జవాను.

ఇదివరకటి తిరస్కరణని తాను అధిగమించగలిగానని, జవాను కాస్త మెత్తబడ్డాడని నిజార్‌కి అర్థమైంది. మరింత ప్రయత్నించసాగాడు.

"సరే, నేను ఇంకా ఏమేమి చేయాలి?" జవానుని అడిగాడు.

"నీ బూట్లు విప్పేసి, ఇక్కడ వదిలేయాలి. నువ్వు తిరిగి వచ్చాక, వాటిని తీసుకెళ్ళచ్చు."

జవానుకేసి అర్థంకానట్లు చూసాడు నిజార్. అతడు నిజంగానే అంటున్నాడా లేక పరాచికాలాడుతున్నాడో అర్థం కాలేదు.

"సాధ్యం కాదు! ఈ మండుటెండలో గాజుపెంకుల మధ్య ఉత్తకాళ్ళతో ఎలా వెళ్ళేది?"

"సరే నీ ఇష్టం! నువ్వు వెనక్కి వెళ్ళిపోవచ్చు."

నిజార్ తలదించుకున్నాడు. అంతటి తీక్షణమైన ఎండలోను, ధూళిలో సైతం క్యూలో నిలుచుని ఉన్న జనాలందరినీ మరోసారి చూసాడు. జీవితకాలపు వ్యథంతా ఒక్క క్షణంలో తిరిగి ప్రత్యక్షమైంది.

"సరే నేను అంగీకరిస్తున్నాను" నిజార్ అన్నాడు స్థిరంగా.

వెంటనే వంగి బూట్లు విప్పేసి, సిమెంట్ దిమ్మపై ఉంచాడు. ఇక ఏ అనుమతి అవసరం లేదనుకుని ముందుకు నడవబోయాడు. అప్పటిదాక విస్మయానికి గురైన జవాను తేరుకున్నాడు.

"ఏయ్, ఆగాగు. షరతులు ఇంకా పూర్తవలేదు" అంటూ అరిచాడు.

ఏదో మత్తులో నడుస్తున్న వాడల్లే ఉన్న నిజార్ ఒక్కసారిగా ఉలిక్కిపడి ఆగాడు. అతడి పాదాలు కాలసాగాయి.

"నువ్వు వెళ్ళేముందు నాకో కప్పు 'టీ' తెచ్చివ్వు".

నిజార్ జవానుకేసి చూశాడు. తన పాదాలకేసి చూసుకున్నాడు. 'తప్పేదేముంది' అనుకుంటూ వెళ్ళాడు. కాసేపయ్యాక ఓ పెద్ద టీ కప్పుతో తిరిగి వచ్చాడు. జవాను దాన్ని అందుకుని కొద్ది కొద్దిగా తాగసాగాడు. మిగతా జవాన్లతో తను ఘనకార్యం గురించి గర్వంగా చెబుతూ నవ్వసాగాడు. నిజార్ చెక్‌పోస్టుని దాటి రమల్లావైపు నడిచాడు. కీలకమైన ఈ చెక్‌పోస్టుని

దాటగలిగినందుకు అతడికి సంతోషమనిపించింది.

నాలుగు గంటల తర్వాత రమల్లా నుంచి నిజార్ తిరిగి చెక్‌పోస్టు వద్దకి వచ్చాడు. అయితే చెక్‌పోస్టుని సమీపించే ముందు అప్పటిదాక తాను వేసుకున్న కొత్త బూట్లని విప్పేసి తన సంచిలో దాచేసాడు. అతడు ఉత్తకాళ్ళతో రావాలనేది ఒప్పందం. ఆ జవానుకి ఎదురుగా వెళ్ళి "నేను తిరిగి వచ్చేసాను. నా బూట్లు నాకిప్పిచండి" అన్నాడు.

జవాను గట్టిగా నవ్వసాగాడు. సిమెంటు దిమ్మలకు ఓ మూలగా ఉన్న నిజార్ బూట్లకేసి వేలు చూపించాడు, నిజార్ అటువైపు నడిచాడు. కుడిపాదం బూటు లోపలికి దూర్చబోయాడు. అతడి కాలికి వెచ్చటి ద్రవం తగిలింది. ఉలిక్కిపడి కాలు వెనక్కి దీనుకున్నాడు. బూట్ల చేత్లో పట్టుకుని ఆ జవానుకేసి చూసాడు. ఆ జవాను ఇంకో నలుగురితో కలసి బిగ్గరగా నవ్వసాగాడు. నిజార్ బూట్లని తలక్రిందులుగా చేసాడు. గట్టిగా విదిలించాడు. పసుప్పచ్చటి వెచ్చటి ద్రవం కిందకి జారింది, అక్కడ ఉన్న వార్తా పత్రికలతో బూట్లు తుడుచుకోసాగాడు. వాటినిండా రాజకీయ నాయకుల ఫోటోలు, శిఖరాగ్ర శాంతి చర్చల వార్తలు ఉన్నాయి. నిశ్శబ్దంగా పైకి లేచి, బూట్లు ధరించి చెక్‌పోస్టు నుంచి బయటకు నడిచాడు నిజార్.

మూడు అడుగులు వేశాడో లేదో హఠాత్తుగా ఆగిపోయాడు. వెనక్కి తిరిగి మళ్ళీ చెక్‌పోస్టు వద్దకి వచ్చాడు. సిమెంటు దిమ్మల వద్ద కాపలా కాస్తున్న జవాను దగ్గరికి వెళ్ళాడు.

"ఇంకా ఏం కావాలి?" అడిగాను జవాను హేళనగానూ, ఆశ్చర్యంతోను.

నిజార్ మౌనంగా నిలబడ్డాడు, బారులు తీరిన జనాలకేసి, కార్లకేసి చూసాడు. బూట్లని విడిచి, సిమెంటు దిమ్మపైన పెట్టాడు. జవాను కళ్ళలోకి సూటిగా చూస్తూ, "ఆఖరిమాట చెబుతాను" అన్నాడు.

"మీరు మా బూట్లలో ఉచ్చపోసినంత కాలం, మేము మీ 'టీ'లో పోస్తూంటాం. ఈ విద్వేషం సమసిపోనంతవరకు, మనమధ్య శాంతి ఉండదు. అర్థమైందా?" అని చెప్పి గబగబా ఉత్తకాళ్ళతో నడచి జనాలలో కలిసిపోయాడు.

4

బైపాస్ రోడ్డు

అమెరికా చెందిన రచయిత టోనీ గాదర్‌కోల్ ఆంగ్లంలో 'ఎ వాక్ ఇన్ ది వుడ్స్' పేరిట వ్రాసిన ఈ కథ 2001లో 'హాప్‌కాట్.ఫ్రీసెర్వ్.కో.యుకె' అనే వెబ్‌సైట్‌లో ప్రచురితమైంది (ఈ వెబ్‌సైట్ ఇప్పుడు ఇంటర్‌నెట్‌లో లేదు).

తెలుగు అనువాదం తేజా వీక్లీ 27 జూలై 2007 సంచికలో ప్రచురితం.

నాకు ఏమీ అర్థం కావడంలేదు! ఎవరికి ఉపయోగపడని ఓ పాత కాలిబాట గురించి ఈ ముసలామె ఎందుకింత రాద్ధాంతం చేస్తోంది? తన గ్రామం మీదుగా వేయదలచిన బైపాస్ రోడ్డును వ్యతిరేకిస్తూ ఆమె స్థానిక పత్రికలకు సైతం ఉత్తరాలు రాసింది. మ్యాప్‌లో చూస్తే, కొత్తగా వేసే రోడ్డు ఆమె నివసించే చోటు దరిదాపుల్లోకి కూడా రావడంలేదు. పైగా అదేమీ అంత అందమైన ప్రదేశం కూడా కాదు. ఇందులో ఏదైనా కుట్ర ఉందేమో?

ఆమె చర్యలవల్ల, బైపాస్ రోడ్డును వేసేందుకు ప్రజలనుంచి ఏవైనా అభ్యంతరాలున్నాయేమో తెలుసుకునేందుకు త్వరలో ఓ విచారణా సంఘం ఇక్కడికి వస్తోంది. ఈలోగా నేను ఆ ముసలావిడ ఎందుకిలా చేసిందో తెలుసుకోవాలనుకున్నాను. వెళ్ళి ఆమె ఇంటితలుపు తట్టాను. మేరీస్మిత్ నన్ను లోపలికి ఆహ్వానించింది. తర్వాత పచ్చని చెట్ల మధ్య లోని ఆ కాలిబాట వైపు తీసుకెళ్ళింది.

"ఈ ప్రాంతమంటే నాకెంతో ఇష్టం! నాకే కాదు, ఇంకా మరెందరికో ఈ ప్రదేశం ఎన్నో జ్ఞాపకాలను కలిగిస్తుంది. ఈ కాలిబాటని మేమెంతగానో ఉపయోగించేవాళ్ళం! దీనిని ప్రేమికుల సందు అని పిలిచేవాళ్ళం. నిజానికి ఇది పెద్ద సందు కాదు. ఏ ముఖ్యమైన ప్రదేశానికి దారితీయదు. అందుకే మేమందరం ఇక్కడికి వచ్చేవాళ్ళం. జనాలకు దూరంగా. ఏకాంతం కోసం..." చెప్పింది మేరీస్మిత్.

నిజానికి ఆ రోజు వాతావరణం ఎంతో ఆహ్లాదంగా ఉంది. అనేక పక్షుల కూతలు మనోహరంగా వినపడుతున్నాయి. చెట్టుకొమ్మలపై నుండి ఉడుతలు ధైర్యంగా తొంగి చూస్తున్నాయి. జనసంచారం తక్కువ కావడంతో, వాటికి భయం లేదులా ఉంది. బైపాస్ రోడ్డు వేశాక, ఈ ప్రాంతమంతా ఎంత రొదగా ఉంటుందో నేను ఊహించగలను. అందుకే ముసలామె అభ్యంతరం చెబుతోందేమో? కాని వ్యక్తుల అభిప్రాయాల కంటే, సామాజిక అవసరాలే ముఖ్యమనే భావన నాది. అందుకే నేను మౌనంగా ఉండిపోయాను. వాహనాల రద్దీ దృష్ట్యా ఈ గ్రామం ప్రమాదకరమైన ప్రాంతం. ముఖ్యంగా వృద్ధులకి, పిల్లలకి. ఒక ముసలామె ఇష్టాయిష్టాల కన్నా వారి భద్రతే నాకు ముఖ్యం.

నడుస్తున్నదల్లా, ఒక్క క్షణం ఆగి, "ఈ చెట్టును చూడు. ఇది నీకు మామూలు చెట్టు లాగే కనిపిస్తుంది, కాని ఇక్కడివాళ్ళకి అలా అనిపించదు"

అంది. ఆమె ఆ చెట్టును మృదువుగా తాకుతూ "ఇక్కడ చూడు, ఈ కొమ్మ కింద నీకేమైనా కనిపిస్తోందా?" అని అడిగింది.

"ఎవరో చాకుతో ఏదో చెక్కినట్లుగా అనిపిస్తోంది" అన్నాను నేను పైపైన చూస్తూ.

"నిజమే! దానిని చాకుతో చెక్కారు. అవి అక్షరాలు, ఓ ప్రియుడి హృదయం" అంది. ఈసారి కాస్త జాగ్రత్తగా పరిశీలించాను. మధ్య బాణం గుర్తు చిత్రించినట్లుగా ఒక రేఖ ఉంది. ఒకవైపు అక్షరాలు అస్పష్టంగా ఉన్నాయి. మరోవైపు 'ఆర్' అనే అక్షరం స్పష్టంగా కనిపిస్తోంది. తరువాతి అక్షరం మాత్రం అర్థం కావడంలేదు. బహుశా 'ఐ' కావచ్చు.

"ఏదైనా ప్రేమ కథా? వారెవరో మీకు తెలుసా?" అడిగాను.

"నాకు తెలుసు. ఆ చెట్టు కాండంపైన 'ఆర్. హెచ్, ఎమ్. ఎస్'ను ప్రేమిస్తున్నాడు అని రాసివుంది" చెప్పింది మేరీస్మిత్.

నాకు విసుగ్గా ఉంది. ఆఫీసుకి వెళ్ళిపోతే బాగుంటుందనిపించింది. ఈ ముసలామెకి దూరంగా, హాయిగా వెచ్చని 'టీ' తాగాలనిపించింది.

"అతడి దగ్గర ఓ పదునైన చాకు ఉండేది. నా పేరులోని పొడి అక్షరాలను చెక్కడంలో అతడికి నేను సహాయం చేశాను. అతడు సైన్యంలో పని చేస్తున్నట్లు నాకు చెప్పలేదు. కాని నేను గ్రహించాను. మేమిద్దరం ఒకరినొకరం ఇష్టపడ్డాం, ప్రేమించుకున్నాం. ఈ అక్షరాలు చెక్కినరోజే మేమిద్దరం కలిసి గడిపిన ఆఖరి రోజు" మేరీస్మిత్ చెబుతూనే ఉంది.

"ఈ అక్షరాలను చెక్కిన తరువాత, చాకును దాచేసి, నన్ను హత్తుకున్నాడు. అతడిలోని నిరాశని, అతృతను, ఆర్తిని నేను గ్రహించాను. నాలో కూడా అవే భావాలు, కాని వాటిని నేను బహిర్గతం చేయలేకపోయాను. అతడి బిగి కౌగిలి నన్ను ఇబ్బంది పెట్టింది కాని నేను వదిలించుకోలేదు. అతడు నన్ను అంత గట్టిగా హత్తుకోవాల్సిన అవసరం లేదు. నేనేం పారిపోవడం లేదు కదా! అతడికి నా సర్వం అర్పించుకుందామనుకున్నాను. కాలం స్థంభించి పోతే బాగుండనిపించింది. అతడు నాకో తీయటి ముద్దిచ్చాడు. మా మధ్య అంతకుమించి జరగలేదు. నాకు నా రాబిన్ కావాలి. అతడి కోసం నేను ఏం చేయడానికైనా సిద్ధంగా ఉండే దానిని. కాని నాకా అవసరం రాలేదు. మర్నాడే అతడు తన పటాలంలో చేరిపోయాడు" వెక్కిళ్ళు పెడుతూ మేరీస్మిత్ కాసేపు నిశబ్దంగా ఉండిపోయింది.

మళ్ళీ మాట్లాడుతూ... "ఆ తర్వాత కొన్నాళ్ళకు రాబిన్ వాళ్ళ అమ్మ నాకో టెలిగ్రాం చూపించింది. ఫ్రాన్సు చేసిన దురాక్రమణలో సార్జంట్ ఆర్. హెూమ్స్ మరణించారని దాంట్లో రాసుంది. నేను నిర్ఘాంతపోయాను. ఏదో ఒక రోజు మేమిద్దరం పెళ్ళి చేసుకుంటామని రాబిన్ వాళ్ళ అమ్మ అనుకునేదట. ఒక్కగానొక్క కొడుకు. హాయిగా మనవలు, మనవరాళ్ళతో కాలక్షేపం చేయాలని ఆవిడ కోరుకునేది. ఆ తర్వాత రెండేళ్ళకు ఆవిడ కూడా చనిపోయింది. న్యుమోనియా వల్ల చనిపోయిందని డాక్టరు చెప్పినా, కడుపుకోత వల్లే ఆమె చనిపోయిందని నేను గ్రహించాను. రాబిన్‌కు నాకు పెళ్ళయి పిల్లలు పుట్టుంటే, బహుశా ఆమె జీవితం, నా జీవితం మరోలా ఉండేవేమో?" అంటూ చెప్పడం ఆపింది.

రాబిన్‌నే లాలిస్తున్నంత మార్దవంగా మేరీస్మిత్ ఆ చెట్టును స్పృశించింది.

"ఇప్పుడు ఈ చెట్టును కూడా నాకు దూరం చేయాలని మీరు కోరుకుంటున్నారు" అంది ఆమె దుఃఖాన్ని ఆపుకుంటూ.

"ఆ రోజుల్లో నేను ఇప్పుడున్నట్లుగా కాకుండా, యవ్వనంలో ఉండేదాన్ని. నా జీవితంలో అన్నీ ఉండేవి. అందం, ఆరోగ్యం, కోరుకున్న వ్యక్తి. మంచి భవిష్యత్తు..." అంటూ ఆపి చుట్టూ చూసింది. చెట్ల ఆకులగుండా, చిన్నగా సవ్వడి చేస్తూ మెల్లగా గాలి వీచసాగింది. కొద్ది క్షణాల తర్వాత మళ్ళీ మాట్లాడుతూ "తర్వాత ఎందరో నన్ను పెళ్ళి చేసుకోవడానికి వచ్చారు. కాని వాళ్ళెవ్వరూ నా రాబిన్‌కు సాటిరారు. ఇప్పుడు నాకీ జ్ఞాపకాలు తప్ప ఇంకేమీ మిగలలేదు. ఈ బైపాస్ రోడ్డు వేయడానికి నిర్ణయించిన ఆ వ్యక్తి కనుక నాకే కనపడితే, అతడిని 'నువ్వు ఎప్పుడైనా, ఎవరినైనా ప్రేమించావా? నీకు మధుర స్మృతుల గురించి తెలుసా?' అని అడుగుతాను. నేను ఏకాకిని కాను. నాలాంటి వాళ్ళు ఇక్కడ ఇంకా కొందరు ఉన్నారు. అవును, ఆ వ్యక్తిని తప్పక అడుగుతాను. అభివృద్ధి పేరిట, పలు జ్ఞాపకాలను కల్గించే స్మృతి చిహ్నాలను తొలగించడం ఏం సబబు?" అంది మేరీస్మిత్ కళ్ళ నుంచి నీళ్ళు ఉబుకుతుండగా.

వికలమైన మనసుతో, నేను వెనుదిరిగాను.

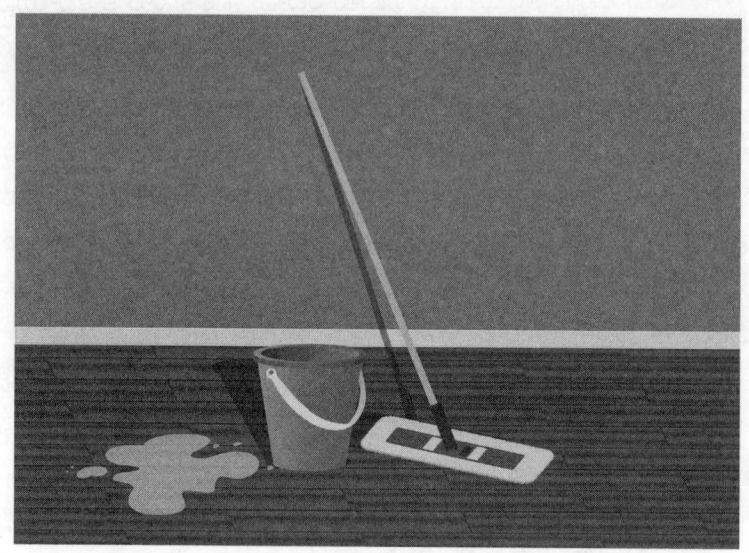

5

వానదొంగ

మూలకథని పోర్చుగీస్ భాషలో టియోలిండా జెర్సేవ్ వ్రాయగా, మార్గరెట్ జల్‌కోస్టా ఆంగ్లంలోకి అనువదించారు. ఆంగ్ల అనువాదం 'ది వుమన్ హూ స్టోల్ ది రెయిన్' పేరిట 'వర్డ్స్ వితవుట్ బోర్డర్స్' అనే సాహిత్య వెబ్‌సైట్‌లో అక్టోబరు 2007 సంచికలో ప్రచురితమైంది.

తెలుగు అనువాదం సాహితీ నేత్రం త్రైమాసిక పత్రిక జనవరి - మార్చి 2008 సంచికలో ప్రచురితమైంది.

నేను లిస్బన్ తరచూ వచ్చి వెడుతూంటాను. నెలకోసారి కాకపోయినా, ఆరు వారాలకొకసారైనా వెళతాను. అక్కడికి వెళ్లడానికి విమానం ఎక్కుతాను. నా చిన్నతనంలో మా తల్లిదండ్రులు బ్రెజిల్‌లో ఉండడం వల్ల, నాకు ఇక్కడి భాషతో ఇబ్బంది ఎదురవలేదు. దుబాసీ అవసరం లేకుండా నెట్టుకొచ్చేస్తున్నాను. ఈ నగరం కూడా నాకు బాగానే తెలుసు. మనం తరచూ వెళ్ళే ప్రదేశాలన్నీ మనకి బాగా తెలుసనిపిస్తాయి. కానీ లోతులకి వెళితే అక్కడి ప్రతీ వస్తువూ కొత్తగా ఉండి మనకి పరాయితనాన్ని గుర్తు చేస్తాయి.

అందుకే లిస్బన్‌లో ఎదురయ్యే అనూహ్యమైన సంఘటనలు సహజంగానే నన్ను ఆశ్చర్యపరచవు. నేను వాటికి సిద్ధమయ్యే ఉంటాను. నేనెప్పుడూ బసచేసే ఫైవ్‌స్టార్ హొటల్ ఓవర్ బుక్ అయిపోయిందని తెలిసినపుడు, పైగా మా ఆఫీసు వాళ్లు ముందుగానే డబ్బు కట్టి నా కోసం బుక్ చేసిన గదిని మరొకరికి ఇచ్చేశారని తెలిసినప్పుడు కూడా నాకు ఆశ్చర్యం కలగలేదు. హొటల్ మేనేజరు తమ పొరపాటుకి సిగ్గుపడ్డాడు. క్షమించమని ఎన్నోసార్లు అడిగాడు. తప్పు తనది కానప్పటికీ, నా సమస్యకో పరిష్కారం చూపాడా మానేజరు.

ఇంక అదనంగా డబ్బేమీ చెల్లించనక్కర్లేకుండా, హొటల్ చివరి అంతస్తులో ఉన్న స్యూట్లో నాకు బస ఏర్పాటు చేస్తానన్నాడు. దాన్ని దేశాధినేతలకి మాత్రమే ఇస్తారట.

నాకు నవ్వొచ్చింది. హొటల్ వాళ్ల అసమర్థతకి, నాకు దక్కిన అదృష్టానికి ధన్యవాదాలు చెప్పుకున్నాను. దేశాధినేతలకీ, వారి పరివారానికి, అధికార బృందానికి లేదా తమ బ్యాంకు ఖాతాల నిల్వల కారణంగా ప్రముఖులుగా పరిగణింపబడే వ్యక్తులకు మాత్రమే ఇచ్చే సువిశాలమైన విడిది ఇప్పుడు నాకు దక్కింది. క్రీడలు, సినిమాలు, వర్తక వాణిజ్యాలు, రాజకీయాల వంటి వివిధ రంగాలలోని గొప్పవాళ్లతో ఈ స్యూట్లోని ప్రతి వస్తువు తాము అందించే విలాసాలు, కల్పించే అభిరుచి, సౌకర్యాల గురించి మౌనంగా మాట్లాడినట్లే, నాతోనూ మాట్లాడతాయి. బాల్కనీలు వాళ్ల కోసం తెరుచుకున్నట్లే నా కోసం కూడా తెరచుకుని తళుకుబెళుకుల నగరాన్ని నాకు చూపించాయి.

'పర్వాలేదే' అనుకున్నాను. ఇక బస విషయాన్ని పక్కనబెట్టి నా ఇతర పనులపై దృష్టి సారించాను. రెండు రోజులు త్వరగా గడిచిపోయాయి. ప్రతీరోజు గంటల తరబడి మీటింగులు, డిన్నర్లు బయటే భోంచేసి, ఆలస్యంగా వస్తుండడంతో స్యూట్‌ని పరిశీలించే అవకాశం లేకపోయింది, పొద్దున్న మాత్రం కాస్త వీలు

చేసుకుని, విలాసమైన నా బసని కలియదిరిగాను. అద్భుతమైన జాకూచీ మసాజ్ చేయించుకున్నాను. అందమైన గాజు పలకల మధ్య నిలబడి షేవింగ్ చేసుకున్నాను. ఓ చిన్నసైజు స్విమ్మింగ్ పూల్ లాంటి బాత్‌టబ్‌లో స్నానం చేశాను. బ్రేక్‌ఫాస్ట్‌ని బాల్కనీలో సర్వ్ చేయమని పురమాయించాను. ఆ తర్వాత తీరికగా తయారై సామాన్లు సర్దుకోసాగాను. అప్పటికింకా సమయం తొమ్మిదిగంటల ఐదునిముషాలే. నేనెక్కాల్సిన విమానానికి చెకిన్ పదిగంటల ఇరవై నిమిషాలకి. నేనున్న హెూటల్ నుంచి ఎయిర్‌పోర్ట్‌కి టాక్సీలో ప్రయాణం పావుగంట కంటే ఎక్కువ పట్టదని నాకు తెలుసు.

ఆ సమయంలో హఠాత్తుగా అక్కడ నాతో పాటు మరెవరో ఉన్నారని నాకు అనిపించింది, తలుపుని సగం తెరచి చూశాను. ఇద్దరు నల్లజాతి స్త్రీలు నా పక్కగదిని ఊడుస్తూ కనిపించారు, బహుశా వాళ్లు మరో వైపు నుంచి స్యూట్లోకి ప్రవేశించి ఉంటారు. ఎన్నో బెడ్రూమ్‌లను, డ్రెసింగ్ రూమ్‌లను, సిట్టింగ్ రూమ్‌లను శుభ్రం చేసి ఉంటారు. వాళ్ల వద్ద ఉన్న ఓ చిన్న తోపుడుబండిలో వాక్యూమ్ క్లీనర్లు, డస్టర్లు, డిటర్జెంట్లు, సబ్బులు, ఉతికిన తువ్వాళ్లు ఉన్నాయి. వాళ్లని నేను చూడడం ఇప్పుడు తటస్థించింది. 'నేను వెళ్లిపోయాక, మళ్లీ రండ'ని వాళ్ళకి చెబుదామని అనుకున్నాను. కాని అంతలో మనసు మార్చుకున్నాను, ఎలాగు ఇంకాసేపట్లో ఇక్కడి నుంచి వెళ్లిపోయేవాడినే కదా! అయితే లగేజి తీసుకుని వెళ్లిపోయే ముందు కాసేపు వీధిలో నడక కొనసాగిద్దామనుకున్నాను. వెనక్కి తిరిగి, వార్డ్‌రోబ్ వైపు నడిచాను. నా బట్టలు తీసుకోవడం మొదలుపెట్టాను.

ఇంతలో నాకు వాళ్ల మాటలు వినబడ్డాయి. వాళ్లలో ఒకామె ఎక్కువగా మాట్లాడుతోంది. రెండో స్త్రీ అప్పుడప్పుడు ఏవో ప్రశ్నలు వేస్తూ, శ్రద్ధగా వింటోంది. వారి గొంతులు, మాట తీరు వేరువేరుగా ఉన్నాయి.

"వాన! అదంతా వాన వల్లే జరిగింది" ఒకామె చెబుతోంది. నా బ్లేజరుని సూట్‌కేసులో పెట్టుకున్నాను. కోటుని, లోదుస్తులని లోపల పెట్టాను. ఓ చొక్కాని మడతపెట్టకుంటూ వాళ్ల మాటల్ని వింటున్నాను. "వర్షమే దానికి కారణం" ఆమె మళ్లీ చెప్పింది. తిరిగి చెప్పసాగింది, "చాలా కాలం వరకు మా ప్రాంతంలో వర్షాలు కురవలేదు. అన్నీ నాశనమైపోయాయి. చెట్లు, పిట్టలు చచ్చిపోసాగాయి. పక్షుల కళేబరాల చుట్టూ జనాలు అడ్డదిడ్డంగా నడిచారు."

నేను ఇంకో చొక్కాని కూడ మడతపెట్టి, రెండింటిని సూట్‌కేసులో సర్దుకున్నాను. దాన్ని మూసేసి రకరకాల అంకెలతో కూడిన కోడ్‌ని ఉపయోగించి తాళం వేశాను.

"అన్నీ ఎండిపోయాయి. నీళ్లు లేకపోవడం వల్ల నేలపైన పగుళ్లు ఏర్పడ్డాయి. పశువులు చచ్చిపోసాగాయి. జనాలు మరణిస్తున్నారు. పిల్లలు జీవం కోల్పోతున్నారు. వాగులు ఎండిపోయాయి. చెట్ల ఆకులు వడలిపోయాయి. చెట్లు మోడులయ్యాయి."

నేను తలుపు చాటు నుంచి ఓరగా చూశాను. ఇప్పటిదాక మాట్లాడుతున్న ఆమె తుడవడం ఆపేసింది. రెండో స్త్రీ కూడా తుడవడం ఆపేసి ఆమెకేసి చూడసాగింది. ఆ క్షణంలో అక్కడున్న డిటర్జెంట్లు, సబ్బులు, తువ్వాళ్లు తమ ఉనికిని కోల్పోయాయి. ఈసారి ఆమె మరింత గట్టిగా మాట్లాడసాగింది. లేదంటే నేను వాళ్ల వైపు తిరగడం వల్ల ఆమె మాటలు నాకు గట్టిగా వినబడుతున్నాయేమో!

"అప్పుడు గ్రామస్థులు చర్చించడం మొదలుపెట్టారు. ఈ కాటకానికి ఎవరో ఒకరు కారణమవ్వాలి కదా, కొందరు ఆ నేరాన్ని గ్రామం శివార్లలో ఉండే ఓ ఆవిడ మీద మోపారు. కొందరేమో ఆవిడ నిరపరాధన్నారు. ఖచ్చితంగా ఎవరికీ తెలియదు. క్షామం కొనసాగింది. గ్రామం నశించసాగింది. చివరికి ఓ మాంత్రికుడిని పిలిపించారు. అతడు హోమగుండం వెలిగించి అందులో ఏవో మూలికలు వేశాడు. తాగాల్సింది తాగుతూ రాత్రంతా ఎవరికీ అర్థం కాని మంత్రాలేవో గొణుగుతూ కూర్చున్నాడు. తెల్లారగానే గ్రామపెద్దలు అతడి వద్దకు చేరారు. వర్షం కురవకపోవడానికి కారణం ఆమేనని మంత్రగాడు తేల్చాడు. గ్రామస్థులందరికీ వినబడేలా ఆవిడ వర్షాన్ని కాజేసిందని బిగ్గరగా అరచి చెప్పాడు. తమ కర్తవ్యమేమిటో గ్రామపెద్దలకి బోధపడింది. కొంతమంది ఆవిడ పట్ల సానుభూతి చూపించారు.

గ్రామం చివర్లో ఒంటరిగా ఉంటున్న ఆవిడని వదిలేసి ఆమె భర్త ఎప్పుడో పారిపోయాడు. కొన్నాళ్ళ క్రితం కొడుకు చనిపోయినప్పుడు ఏడ్చి ఏడ్చి ఆమె కళ్లలో నీళ్లు ఇంకిపోయాయి, ఎండిపోయిన బావిలా తయారైందావిడ. జీవితం పట్ల ఆశ కోల్పోయి, జీవచ్ఛవంగా మారిపోయింది. ఎవ్వరితోనూ మాట్లాడక, ఏకాకిగా ఉండసాగింది. అప్పడప్పుడూ మూల్గుతూ, ఒక్కోసారి గట్టిగా అరుస్తూ. విచిత్రంగా ప్రవర్తించసాగింది."

ఓ క్షణం పాటు ఆపి, మళ్లీ చెప్పడం కొనసాగించింది. "చుట్టని వెలిగించి, పొగ వదులుతూ, 'ఆవిడే కారణం! ఆవిడ వర్షాన్ని కాజేసింది' అని నిర్ధారించాడు మంత్రగాడు. అయితే అక్కడున్న ఎవరూ ఆమెని చంపాలనుకోలేదు. పైగా మంత్రగాడు కూడా ఆమెని చంపడాన్ని వ్యతిరేకించాడు. గ్రామపెద్దలు,

మంత్రగాడు, ఇతర గ్రామస్థులు ఓ చెట్టు కింద కూలబడ్డారు. ఏం జరుగుతుందో చూద్దామని వేచి చూస్తున్నారు, కాలం స్థంభించినట్లయ్యింది."

ఈ కథని చెబుతున్న ఆమె మాట్లాడ్డం ఆపింది. వింటున్న స్త్రీ నోరెళ్లబెట్టి చూస్తోంది. తర్వాతేమైందో తెలుసుకోవాలనే కుతూహలం ఆమెలో వ్యక్తమవుతోంది. "అప్పుడో యువకుడు లేచాడు. ఆవిడ దగ్గరికి వెళ్లి తాడోపేడో తేల్చుకొస్తానన్నాడు" ఆమె చెప్పడం మళ్లీ ఆపింది. వాళ్లిద్దరూ కథ తీసుకెళ్లిన మరో ప్రపంచంలోకి వెళ్లిపోయారు. నేను తలుపుని మరింత జరిపి వాళ్లనే గమనించసాగాను, అయితే వాళ్లు నన్ను చూడకుండా జాగ్రత్తపడ్డాను.

ఈ కథ చెబుతున్న ఆమె లావుగా వుంది. ఆమె ముఖం గుండ్రంగా వుంది. కళ్లజోడు ధరించి ఉంది. ఆమె గొంతు గంభీరంగా వుంది. కథ చెప్పేడప్పుడు హావభావ విన్యాసాలు చేస్తోంది. కథానుగుణంగా స్వరాన్ని ముఖకవళికలను మారుస్తోంది. అలా చేస్తున్నప్పుడు కథలోని ప్రతి పాత్రా తానేనన్నట్లు వ్యవహరిస్తోంది. కథ వింటున్న స్త్రీ సన్నగా వుంది. ఆమె ఇంకా చిన్నపిల్లే. తలపై ముసుగు వేసుకుని వుంది. కాస్త అస్థిమితంగా ఉన్నట్లు కనబడుతోంది.

"ఆ యువకుడు ఆవిడ గుడిసెకి వెళ్లాడు. ఆవిడ పట్ల ప్రేమని వ్యక్తం చేశాడు, కబుర్లు చెప్పాడు. ఆమెని ఎలాగోలా లొంగదీసుకున్నాడు. రాత్రంతా ఆమెతో గడిపాడు. తనివి తీరలేదంటూ ఆవిడని మరోసారి ఆక్రమించుకున్నాడు. తర్వాత ఆమెని దగ్గరికి తీసుకుంటున్నట్లు నటిస్తూ, బిగ్గరగా కౌగిలించుకుని ఆవిడకి వూపిరాడకుండా చేశాడు. ఆపైన గొంతు పిసికేశాడు. ఆవిడ శవాన్ని మోసుకుంటూ వచ్చి గ్రామం మధ్యలో పడేశాడు. గ్రామస్థులందరూ మౌనంగా శవం చుటూ ప్రదక్షిణ చేశారు".

ఓ క్షణం పాటు చెప్పడం ఆపిందామె. నుదుటిపై పట్టిన చెమటని అరచేత్తో తుడుచుకుందామె. "సరిగ్గా అప్పుడే వాన పడడం ప్రారంభమైంది. పెద్ద వాన!" వాళ్లిద్దరూ మౌనంగా ఒకరికేసి ఒకరు చూసుకుంటూ ఉండిపోయారు. తల అడ్డంగా విదిల్చి, గట్టిగా నిట్టూర్చారు. తిరిగి తమ పనిలో నిమగ్నమయ్యారు. వీళ్ల కథలో పడి ఎంత సమయం గడిచిపోయిందోనని నేను నా చేతి గడియారంకేసి చూసుకున్నాను. ఏడు నిమిషాలు! పెద్ద నష్టమేమీ లేదు.

ఇంకా బోలెడు సమయం ఉంది. కాని నాకదే అసౌకర్యంగా అనిపించసాగింది. లేచి సూట్‌కేస్ అందుకుని, తలుపుని గట్టిగా చప్పుడు చేస్తూ వాళ్లని దాటుకుంటూ బయటకు నడిచాను. హఠాత్తుగా ప్రత్యక్షమైన నన్ను

చూసి వాళ్ళు ఉలిక్కిపడ్డారు. ఏదో దయ్యాన్ని చూసినట్లు 'ఆఁ' అని అన్నారు. 'గుడ్ మార్నింగ్' అని వాళ్లతో చెప్పి, లిఫ్ట్ వైపు నడిచాను. 'చెకిన్ పది ఇరవైకి' అని అనుకున్నాను లిఫ్ట్ బటన్ నొక్కుతూ.

లిఫ్ట్ కిందకి దిగుతుండగా జరిగిన సంఘటనని పునరావలోకనం చేసుకున్నాను. నేను విన్న ఆ స్త్రీల సంభాషణ నన్ను వెంటాడింది. సాధారణంగా నేను వేరే వాళ్ల మాటలు రహస్యంగా వినను. నాకు అలాంటివి నచ్చవు.

నేను మరోసారి గడియారం చూసుకుంటూ, ఎంత సమయం కోల్పోయానో, ఇక్కడి నుంచి యూరప్‌లో నేనుండే నగరానికి చేరడంలో ఎన్ని నిమిషాల పాటు ఎడబాటు కలిగిందోనని మనసులోనే లెక్కవేసుకున్నాను.

అయితే విమానం ఎక్కి కూర్చున్నాకా, నా మనసు విభిన్నంగా ఆలోచించసాగింది. నేను లిస్బన్‌లో రెండు రోజులు వైభవంగా గడిపాను. మామూలు గది రేటుతో నమ్మశక్యం కాని విడిదిలో బస చేశాను. పదిహేను గదుల స్యూట్, అతిపెద్ద బాల్కనీలు, స్విమ్మింగ్ పూలంత బాత్‌టబ్.... అద్భుతం! కానీ ఓ తలుపు తీయగానే, నేను ఆఫ్రికాను చూశాను. ఆఫ్రికాలోని కొంత భాగం యథాతథంగా, చీకటిగా, వెనుకబాటుతనంతో. నా కళ్ళ ముందు ప్రత్యక్షమైంది. ఏడు నిమిషాల పాటు... ఖచ్చితంగా ఏడు నిమిషాల పాటు నేనో దట్టమైన అడవిలో తప్పిపోయాను. నాలో నేనే నవ్వుకున్నాను. ఇదంతా ఎవరికైనా చెప్పాలనుకున్నాను. నా తోటి ప్రయాణీకుడితోగాని, నాకు విస్కీ సర్వ్ చేసిన స్టెవార్డెస్‌తో గాని. నన్ను వెర్రివాడిలా చూస్తారు. తాగి వాగుతున్నానని అనుకుంటారు. కాని నేను తాగి లేను, వెర్రివాడిని అసలే కాను. చిన్నగా నవ్వుకుంటూ, సీట్లో వెనక్కి జారాను. నాలో ఏమీ తేడా లేదు. బహుశా లిస్బనే ఒక వింత నగరం కావచ్చు.

6

సెన్సిటివిటీ ట్రెయినింగ్

మూల కథని ఆంగ్లంలో జెన్ కల్లర్టన్ జాన్సన్ వ్రాశారు. మూల కథ 'సెన్సిటివిటీ ట్రైనింగ్ డౌన్ అట్ ది వాల్–మార్ట్' పేరిట 'కలెక్టెడ్‌స్టోరీస్.కామ్' అనే వెబ్‌సైట్ కథల విభాగంలో 2001లో ప్రచురితమైంది.

తెలుగు అనువాదం ఈమాట వెబ్ పత్రిక సెప్టెంబర్ 2008 సంచికలో ప్రచురితమైంది.

నా భార్య శాల్ వాల్-మార్ట్‌లో థాంక్స్‌గివింగ్/క్రిస్మస్ క్యాషియర్‌గా పనిచేస్తోంది. పోయిన వారం ఓ రోజు తనొచ్చే సరికి నేను టి.వి.లో యానిమల్ కింగ్‌డమ్ ఛానెల్ చూస్తున్నాను. లోపలికి రాగానే నా నుదుటిపై ముద్దు పెట్టుకుని అక్కడే నిలబడింది, సరిగ్గా అప్పుడే ఓ కంచరగాడిదని సింహం చంపే దృశ్యానికి అడ్డంగా. తను కూర్చోడానికి అనువుగా నా కాలు జరిపాను.

"జాబ్ ఎలా ఉంది? క్రెడిట్ కార్డు పిచ్చోళ్ళు ఈ ఏడాది చాలా మంది ఉన్నారా?"

శాల్ తల అడ్డంగా ఊపి, హుష్ అన్నట్లుగా నోటిమీద వేలేసుకుంది - నేనోదో చిన్న పిల్లాడినైనట్లు. "విను. నీకో విషయం చెప్పాలి. బహుశా నీకది నచ్చకపోవచ్చు. వచ్చే శనివారం నీ ఫ్రెండ్స్‌ని ఇంటికి పిలవకు. నాకు కుదరదు"

"ఎందుకట?"

"ఏంలేదు. మా ఆఫీసులో 'సెన్సిటివిటీ ట్రైనింగ్' అని మాకు ఒక ఉచిత సదస్సు నిర్వహిస్తున్నారని మా మానేజర్ కిమ్ ఎంప్లాయీస్ లౌంజ్‌లో నోటీసు పెట్టించాడు"

"కాని అక్కడ నువ్వేం చేస్తావు?"

"అదే నేనూ అడిగాను. ఆ సదస్సుకి హాజరవ్వాల్సిన వాళ్ళలో నేనూ ఒకదాన్నట! కాబట్టి వెళ్ళాలి"

శాల్‌కి వాల్‌మార్ట్‌లో ఉద్యోగం దొరకడం అదృష్టమే. నా ఉద్యోగం ఊడింది. నాకేమో ఏ పనీపాటు లేకుండా రోడ్డుమీద బలాదూరుగా తిరగడం లేదా మధ్యాహ్నం పూట టివిలో వచ్చే చెత్త కార్యక్రమాలు చూడడం ఇష్టం ఉండదు. కానీ ఏం చేయను? తప్పదు. నేను పని చేసే గ్రేడీస్ కన్‌స్ట్రక్షన్ కంపెనీ దివాలా తీసింది. ఇది చాలదన్నట్లు నా బాస్ జో గ్రేడీ బాగా తాగేసి కారు నడుపుతూ అరెస్టయ్యాడు. వాళ్ళావిడేమో ఆయనని కష్టాల్లోంచీ రక్షించలేదు. కంపెనీ మూత పడింది. చలికాలంలో ఇళ్ళు కట్టే పనులు దొరకడం కష్టం. మేము దాచుకున్న డబ్బులతో నెట్టుకొస్తున్న ఈ రోజుల్లో శాల్‌కి వాల్-మార్ట్‌లో ఉద్యోగం దొరికింది. మార్చి ఒకటి నుంచి మళ్ళీ కొత్తగా కంపెనీ వ్యవహారాలు ప్రారంభిస్తానని జో గ్రేడీ నాకు జైలు నుంచి ఉత్తరం రాసాడు.

మామూలుగా ఐతే శాల్ ఇంటికి వచ్చిన ప్రతీ రాత్రీ తగ్గింపు ధరలు, కుర్ర దొంగలు, పోచుకోలు కబుర్లు చెప్పే తోటి క్యాషియర్లు లాంటి విషయాలే

వినిపించేది. ఇప్పుడీ సదస్సు గురించి...

"బానే ఉంది ఇదంతా. భోంచేద్దామా?" అడిగాను. శాల్ పైకి లేచి సుతారంగా నా బొటనవేలుని తొక్కి వంటింట్లోకి నడిచింది. తను తెచ్చిన 'డయట్ ఫ్రోజెన్ ఫుడ్'ని వెచ్చపెట్టుకుని ఒక అరగంట పాటు మౌనంగా తిన్నాం. ఉన్నట్లుండి, "ఫ్రాంక్, నిజం చెప్పు. నేను 'సెన్సిటివ్'నా కాదా" అని శాల్ అడిగింది.

"నువ్వు సెన్సిటివ్వే. కాదని ఎవడన్నాడు? నా రోజెలా గడిచిందని అడుగుతావు, అది సెన్సిటివ్వేగా. పైగా నువ్వు కిటికీలోంచి బయటకి చెత్త పారేయడం నేనెప్పుడూ చూడలేదు"

"అబ్బా, సెన్సిటివ్ అంటే అది కాదు. మనం ఇతర మతస్తుల తోటీ, వేరే జాతీయుల తోటీ మర్యాదగా ప్రవర్తిస్తున్నామా లేదా అని"

నేను ఒక నిమిషం పాటు ఆలోచించాను. మేమిద్దరం షికాగోకి దక్షిణంగా, అందరూ ఐరిష్-కాథలిక్కులే ఉన్న ప్రాంతంలో పెరిగాం. అప్పట్లో అక్కడ వేరే జాతీయులు, పరాయి మతస్తులు ఎవరూ లేరు. ఇప్పుడు ఇక్కడ రేమాండ్ అనే నల్లవాడు నాకు నేస్తం. పోతే గ్రేడీస్‌లో పనిచేసేడప్పుడు యువాంచిటో! వాళ్ళతో నేను సెన్సిటివ్‌గా ఉన్నానో లేనో నాకు తెలియదు. రేమాండ్ చెప్పే కుళ్ళు జోకులంటే నాకు ఇష్టం. ఇక యువాంచిటో అయితే నేను విపరీతంగా తాగేసినప్పుడల్లా నన్ను ఇంటికి మోసుకొచ్చేవాడు.

"పోన్లే, నీకంత అనుమానంగా ఉంటే ఆ మీటింగ్‌కి వెళ్ళు. ఏమవుతుందట? ఇంకొంచెం సెన్సిటివ్‌గా తయారవుతావు. అంతే కదా" అన్నాను.

కానీ ఆ సలహానే నా కొంప ముంచింది. ఆ సదసుకి ఓ వారం ముందు నుంచి మాకిద్దరికీ టెన్షన్ పెరిగింది. ఎవరికి వారమే సెన్సిటివ్ అని నిరూపించుకోవడానికి పోటీపడ్డట్లు ఆ వారమంతా ప్రవర్తించాం. తనెంత సున్నితమో చెప్పాలని ప్రయత్నించేది శాల్. నేనూ తగ్గేవాణ్ణి కాదు. మాడిపోయిన నూడుల్స్‌ని నేను గిన్నెలో వదిలేయడం, కాఫీ కప్పులో సిగరెట్ పీకలు పడేయడం లాంటివి శాల్‌కి కోపం తెప్పించేవి. నేను వాటిని శుభ్రం చేసేసాను. "ఫ్రాంక్, నా సీటు పెద్దగా ఉందా? క్రిందటి వారం కంటే పెద్దగా కనిపిస్తోందా? పెద్దంటే ఎంత పెద్ద?" లాంటి ప్రశ్నలు శాల్ అస్సలు వేయలేదు. బహుశా మేము ఎదుటివాళ్ళకి ఏది మంచిదైతే దాన్నే చేయాలని అనుకున్నాం. ఖాళీగా కూర్చోలేదు.

ఆ వారం రోజులు ఆమె మౌనంగానే ఉంది. సెన్సిటివ్‌గా ఉంటున్నామని

ఇద్దరం అనుకున్నాం. బహుశా మేమిద్దరం పరస్పరం మా ఇష్టాయిష్టాలను గౌరవించుకుంటున్నామేమో. శనివారం రానే వచ్చింది. శాల్ తన జీన్స్ ప్యాంట్ పైన లేత నీలం రంగు స్వెటర్ వేసుకుంది. దానిపైన వాల్-మార్ట్ యూనిఫాం వేసుకుంది. తన జుట్టుని, ముఖాన్ని అలంకరించుకోడానికి చాలా సమయం తీసుకుంది. తను బయటకు వచ్చేసరికి నేను మంచం మీద పడుకుని పేపరు చదువుకుంటున్నాను.

"అదరగొట్టేసావోయ్..." అన్నాను. 'అందగత్తెని మరి' అని అర్థం వచ్చేలా ముఖం పెట్టింది శాల్. ఆ చేష్టని నేను 'కులుకు' అని అంటాను.

"నేను నా రూపురేఖల విషయంలోను సున్నితంగా ఉంటానని వాళ్ళకి తెలియజెప్పాలి. కనీసం దీంట్లోనైనా నేను ఎక్కువ మార్కులు సాధించాలి. మిగతా క్యాషియర్లని ఓడించాలి..." అంది శాల్.

"ఎంత అందంగా ఉన్నావో. ఆ కిమ్ గాడికి దగ్గరగా వెళ్ళకేం!" అంటూ హాస్యమాడి, "కాళ్ళు చేతులు వణుకుతున్నాయా? కంగారుగా ఉందా?" అని అడిగాను. శాల్ తలూపింది, "అయినా వెళ్ళాలి. కిమ్ చెప్పాడుగా - ఇది నేను తప్పనిసరిగా హాజరవ్వాల్సిన కార్యక్రమమని! అతడి మీద నాకు నమ్మకం ఉంది."

"అందరికంటే నువ్వే బెస్టు! బెంగపడకు!" అని తనకి ధైర్యం చెప్పి, "నువ్వు వచ్చేటప్పుడు తేనె పూసిన ప్రెట్సెల్స్ కొన్ని తెస్తావా? ఇంట్లో అయిపోయాయి" అన్నాను. సరేనంటూ కొంచెం వంగి నాకో చిన్న ముద్దిచ్చింది. నేను కూడా ఆమెని చిన్నగా ముద్దాడాను. తన జుట్టునుంచి మంచి వాసన వచ్చింది. శాల్ వెళ్ళిన తర్వాత రేమాండ్‌కి ఫోన్ చేసాను - ఆదివారం పొద్దున్న జుట్టు కత్తిరించుకోడానికి వస్తానని! 'సుబ్బరంగా రా' అని, ఓ ముతక జోకు చెప్పి ఫోన్ పెట్టేసాడు రేమాండ్. తర్వాత పిల్లలతో కలిసి బాస్కెట్‌బాల్ ఆట చూడ్డానికి వెళ్ళాను. మా బుల్స్ జట్టుకి, జాజ్ జట్టుకి మధ్య పోటీ అది. మేము వాళ్ళని చిత్తుగా ఓడించాం.

ఆ రాత్రి నేను ఓ పెగ్గేసుకుని, మాంచి రొమాంటిక్ మూడ్‌లో ఇంటికి వెళ్ళాను. కాని ఇంటి తలుపు తట్టాక, నాకు ఆ పూట 'పస్తు' తప్పదని అర్థమైంది. శాల్ వట్టి కాళ్ళతో వచ్చి తలుపు తీసింది. నేనామెని చిన్నగా ముద్దు పెట్టుకుని 'డంక్ షాట్' గురించి చెబుదామనుకునేలోపు, కాస్త నోరు మూస్తావా అన్నట్లు సైగ చేసి, సోఫాలో కూచోమని చేయి చూపించింది. నాకేదో మూడిందని

తెలిసింది కానీ ఏం మూడిందో అర్థం కాలేదు.

"ఈ రోజు సెమినార్‌కి వెళ్ళొచ్చాను ఫ్రాంక్! విను. మనం మారాలి. మనకి దురభిమానం ఎక్కువ. నిజం! ఫ్రాంక్ జేమ్స్ లీరీ, విను. మనది జాత్యహంకారం. నిస్సందేహంగా.." అంది శాల్.

"ఆగు శాల్. ఏమైంది? ఎందుకా ఆవేశం? ప్రశాంతంగా ఉండు" అంటూ అనునయించాను. మా ఆవిడ సంగతి నాకు బాగా తెలుసు. తనకి కోపం ఎక్కువ. ఎవరి మీదైనా తొందరగా విరుచుకు పడుతుంది. ఎవరో ఒకరు దృష్టి మళ్ళించకపోతే శాల్‌ని ఆపడం కష్టం. శాల్ గట్టిగా ఊపిరి తీసుకుని వంటింట్లోకి వెళ్ళింది. నేనూ ఆమె వెనకే నడిచాను. ఫ్రిజ్‌లోని బాటిల్ నించి మంచినీళ్ళు ఒక గ్లాసులో వొంపుకుంది.

"ఇందుకే. ఇందుకేనట, నన్ను ఆ సెమినార్‌కి హాజరవమని కిమ్ చెప్పింది. పోన్లే, ఏదో ఒక దాంట్లో నేను తగినదాన్ననిపించుకున్నాను. కనీసం కోపంలోనైనా! నేను సెన్సిటివ్‌ని..." అంటూ ఓ క్షణం పాటు ఆగింది శాల్. కొన్ని నీళ్ళు తాగింది. శాల్ తన ముక్కుని రుద్దుకోడం, కనురెప్పలు వాల్చేయడం చూసి, తను చాలా క్రుంగిపోయి వుందని అర్థమైంది. ఆమె దగ్గరికి వెళ్ళి ఆమె చేతిని నా చేతిలోకి తీసుకున్నాను. ఆమెని దగ్గరలోని ఓ కుర్చీలో కూర్చోబెట్టి, నేనూ పక్కనే ఇంకో కుర్చీలో కూర్చున్నాను.

"నువ్వు సున్నితమైన దానివే, డియర్, నిజం" అన్నాను.

"కాదు. కానే కాదు. మనం ఎప్పుడూ సున్నితంగా లేము. ఎందుకో తెలుసా ఫ్రాంక్? 'సెన్సిటివ్' అంటే మనం మాట్లాడుకునే ఈ అర్థం కాదు. సెన్సిటివ్ అంటే వేరే పదాలు ఉపయోగించి మాట్లాడడం. మనం ఇంతకు ముందు వాటిని వినలేదు. విన్నా, ఉపయోగించలేదు. మనం మూగవాళ్ళం. మూర్ఖులం..."

ఇలా 'మనం మనం' అంటూ నన్ను కలిపేసుకోడం నాకేం నచ్చలేదు. మొదట్లోనే ఖండించుండాల్సింది. కానీ ఈ సారికి ఊరుకున్నాను. బహుశా 'మందు' మహిమో లేదా శాల్ అంటే జాలి వల్లో...

"నా కౌంటర్ నుంచి మూడో కౌంటర్‌లో ఉంటుందే, ఆ అమ్మాయి... జేన్, జ్ఞాపకం ఉందా?" అడిగింది శాల్. తలూపాను. ఆమె వాగుడుకాయని, ఆమె కౌంటర్ క్యూలో నిలుచునే వాళ్ళు ఆమె వాగ్ధాటికి తట్టుకోలేకపోయారని నేను విన్నాను. తన పెంపుడు ఫెర్రెట్ ఎర్ల్ గురించి, దాని రోజువారీ జీవితం

గురించి జేన్ తెగ మాట్లాడుతుంది. ఆమె చేతిలోని చిప్స్‌ని ఎర్ల్ తినేసాడట.. ఎర్ల్‌కి ఓప్రా నచ్చదుట... ఎర్ల్ తన బోనులో కాక టాయిలెట్ సీట్ మీద నిద్రపోయాడట... ఇలా ఎన్నెన్నో. విసుగెత్తిన కస్టమర్లు జేన్ పై ఫిర్యాదు చేసి, శాల్ కౌంటర్‌కి మారిపోతున్నారు. దాంతో శాల్‌కి పనెక్కువై చిర్రెత్తుతోంది. ఎర్ల్‌కి టోపీ పెడితే మరింత అందంగా ఉంటాడని జేన్ మాట్లాడుతూనే ఉంది, ఆ ఉపన్యాసం అయ్యే లోపున శాల్ దాదాపు పదిహేను మంది కస్టమర్లని పంపేసింది.

"ఆమె వాగుడిని భరించాలంటే ఆ ఫెర్రెట్‌కే సాధ్యమని నేను జేన్‌తో అన్నాను. ఇలా మాట్లాడడం జేన్‌ని అవమానించడమే అని కిమ్ అంటాడు. కానీ నా ఉద్దేశమది కాదు" అని చెబుతూ, "ఇదిగో, ఈ ప్రశ్నావళి చూడు" అంటూ ఓ కాగితాన్ని బయటకి తీసింది. మళ్ళీ తనే మాట్లాడుతూ, "జేన్ వాగుడుకాయని నేను అన్నాను. కాని అది తప్పుట. అలా అనడం మర్యాద కాదట. తను 'ఆడిబ్లీ ఛాలెంజడ్' అట!"

"అంటే ఆమె పనికిరాని దద్దమ్మ అనా అర్థం?"

"ఓహ్, దేవుడా! నేను అలా అన్నానా? విను ఫ్రాంక్, ఎక్కువగా మాట్లాడేవాళ్ళని 'ఆడిబ్లీ ఛాలెంజడ్' అనాలి."

పాపం శాల్! ఓ చిన్న ఉద్యోగంలో ఎన్ని కొత్త పదాలను నేర్చుకోవాల్సి వస్తోంది. ఆమెకి కాస్త ధైర్యం చెబుదామనుకున్నాను.

"పోన్లే, నువ్వు ఆడిబ్లీ ఛాలెంజడ్ కాదు కదా" అని అన్నాను. పైగా అటువంటి పదాలను నేర్చేసుకోడం ఓ గంట పని అని చెప్పాను. 'నిజమా' అన్నట్లు చూసి శాల్ నవ్వేసి వంటింట్లోంచి బెడ్ రూంలోకి నడిచింది. నేనక్కడే కూర్చుని ఆ ప్రశ్నావళిని చదివాను. కొన్ని బాగానే ఉన్నాయి. వాటిల్లో కొన్నింటిని రేమాండ్ మీద ప్రయోగించాలనుకున్నాను. ఇంకొన్ని పదాలైతే నాకు నవ్వు తెప్పించాయి. దాని ప్రకారం నేనేమో 'విజువల్లీ ఛాలెంజడ్' అట, ఉండాల్సిన దానికన్నా నలభై పౌండ్లు బరువెక్కువున్న శాల్ ఏమో 'ఫిజికల్లీ ఛాలెంజడ్' అట (నేనేమో తనని 'ఆఫ్' స్విచ్ లేని మానవ వాక్యూమ్ క్లీనరని అంటాను). అయినా సరే, కాస్త ఎక్కువ సేపు మేల్కొని 'మీరు అవగాహనాపరులేనా' అనే ఆ ప్రశ్నావళిని పూర్తి చేసాను. నాకు చాలా తక్కువ మార్కులు వచ్చాయి.

తర్వాత లేచి బెడ్‌రూం లోకి వెళ్ళాను. నాకు శాల్ వీపు కనిపిస్తోంది.

ఆమె కదలికలని బట్టి ఆమె ఏడుస్తోందని గ్రహించాను. ఆమె భుజంపై చెయ్యి వేసాను. తను ప్రతిస్పందించలేదు.

"ఫ్రాంక్, ఇక పడుకో! రేపు పొద్దున్నే మళ్ళీ నా దేబ్యం మొహాన్నే చూడాలి" అని అంది. నేనామెకి చిన్న ముద్దిచ్చి, 'లవ్ యు' అని చెప్పి పడుకున్నాను. మర్నాడు నేను లేచేసరికి, శాల్ పక్కమీద లేదు. లేచి వంటింట్లోకి వెళ్ళాను. శాల్ కాఫీ తాగుతూ, ప్రశ్నావళిలో తనకొచ్చిన మార్కులను సరిజూసుకుంటోంది.

నన్ను చూడగానే, "ఏం లేదు. వాళ్ళు అన్ని ప్రశ్నలకి మార్కులు వేసారో లేదో అని చూసుకుంటున్నాను. కిమ్ నా జవాబులని చాలా తొందరగా చదివేసాడు. ఏ జవాబుకైనా మార్కులు వేయడం మర్చిపోయాడేమో? నీకు తెలుసా, నేను హైస్కూల్లో ఉన్నప్పుడు 'మిస్ పొలైట్' పోటీలో గెలిచాను. అది ఇక్కడ కూడ పనికొస్తుంది కదా..." అంది.

"వదిలేద్దూ. ఆ సంగతి ఎప్పుడో చాలా కాలం క్రితంది కదా, ఇదేమో ఓ పిచ్చి ప్రశ్నావళి. అయినా నువ్వేమిటో, ఎవ్వరో ఓ కాగితం చెప్పడమేమిటి"

"ఓరి దేవుడా! నీకర్థం కాదా? ఇది 2000 సంవత్సరం! నువ్వు ఈ భాష, ఈ కొత్త పదాలు వాడాలి. ఇదిప్పుడు అత్యవసరం. మా ఉద్యోగంలో భాగం" అని నాకేసి చూసింది. మళ్ళీ తనే మాట్లాడుతూ, "నువ్వు నా అభిప్రాయాల్ని గౌరవించడం లేదు. వంకరగా మాట్లాడేటట్లయితే, నా చుట్టుపక్కల ఉండద్దు" అని అంది.

"సరే. నేను చేస్తున్నవన్నీ ఆపేస్తాను. కానీ నువ్వేమంటున్నావో నాకర్థం కావడం లేదు"

"అబ్బా విసిగించకు. వెళ్ళి క్షవరం చేయించుకో"

"సున్నితమైన మనసుగల శాల్, సరే వెడతాను" అని తనకి వినబడేలా అరిచాను. నేను బయటకి వస్తుంటే, ఓ ప్లాస్టిక్ సాసర్‌ని నాపై విసిరింది.

నేను వెళ్ళేసరికి రేమాండ్ ఖాళీగానే ఉన్నాడు. సెలూన్‌లో రేమాండ్, అతని మనవడు తప్ప వేరే ఎవరూ లేరు.

"కాఫీ ఉందటోయ్?" అంటూ నేను హాస్యమాడాను. అది నా పలకరింపు. దాదాపు పదిహేనుళ్ళుగా రేమాండ్‌ని కలిసినప్పుడల్లా నేననే మాటలే అవి.

"ఉంది. ఇంకా చాలా ఉన్నాయి. కానీ ఖర్చవుతుంది" అంటూ రేమాండ్ కూడా హాస్యమాడాడు. "ఏదో దిగులుగా కనిపిస్తున్నావు?" అని అడిగాడు.

"ఏం లేదు. కటింగ్‌తో పాటు గడ్డం కూడా చేయించుకోనా?"

"నీకెలా కావాలంటే అలాగే ఫ్రాంకీ"

నన్ను ఫ్రాంకీ అని పిలిచే స్నేహితుడు రేమాండ్ ఒక్కడే. ఎప్పుడో ఓ జోక్ చెబుతున్నప్పుడు పిలిచాడలా. అంతే అదే పేరు స్థిరపడిపోయింది. నా కోటుని విప్పి పక్కన బెట్టాడు. శూన్యంలోకి చూస్తూ తన ప్రశ్నలకి జవాబులు వెదుక్కుంటున్న మనవడిని చిన్నగా కసిరి గది ఊడవమని చెప్పాడు. ఆ అబ్బాయి ఇబ్బందిగా లేచి, తన కోపాన్ని ప్రదర్శిస్తూ, నేలని గట్టిగా తాటించి లోపలికి వెళ్ళాడు.

"ఈ రోజుల్లో నల్ల పిల్లలకి వాళ్ళ తాతల్ని ఎలా గౌరవించాలో తెలియడం లేదు" అన్నాడు రేమాండ్.

"రే, అంటే నీ ఉద్దేశ్యం ఆఫ్రికన్-అమెరికన్‌లకా?" అడిగాను.

రేమాండ్ నవ్వాడు. కాని అంతలోనే అతడి ముఖం వివర్ణమైంది. కోపం ఛాయలు కనిపించాయి. మా ఇన్నాళ్ళ స్నేహంలో అతడిని ఇంత కోపంగా మునుపెన్నడు చూడలేదు. కొన్ని క్షణాల తర్వాత, "అవును. నేను ఆఫ్రికన్-అమెరికన్‌ని కదూ. కాని నా గురించి చెప్పాలంటే నల్లవాడినని, నీ గురించి చెప్పాలంటే తెల్లవాడివని, వీధి చివర్లో ఉండే గోమెజ్ కుటుంబాన్ని గోధుమ రంగు వాళ్ళని అంటాను. అందరూ మామూలు అమెరికన్లే. అయితే నేను మాత్రం ఆఫ్రికన్-అమెరికన్‌ని...!" అన్నాడు రేమాండ్.

"నాకు కూడా ఈ మధ్యే తెలిసింది. శాల్ వాళ్ళ ఆఫీసులో ఏదో 'సెన్సిటివిటీ ట్రైనింగ్' కని వెళ్ళొచ్చిన తర్వాత నాకు తెలిసింది. నీకు తెలుసా? నాకు బట్టతల! కానీ అలా అనకూడదట. హెయిర్ ఛాలెంజడ్ అనాలట" అంటూ నవ్వాను. కాసేపు ఈ విషయంపైనే మాట్లాడుకున్నాం.

రేమాండ్ నా జుట్టు కత్తిరించడం మొదలు పెట్టాడు.కానీ ముభావంగా మారిపోయాడు. అక్కడంతా నిశ్శబ్దం రాజ్యమేలింది. ఇది చాలా అసాధారణం! రేమాండ్‌తో ఉన్నప్పుడు ఇంత మౌనం మునుపెప్పుడు నాకు అనుభవమవలేదు. చాలా వింతగా ఉంది. ఇకపై మా మధ్య ఈ ప్రస్తావన తేను. అతడు నన్ను ఇష్టపడింది తెల్లవాడిననో, లేదా బట్టతల వాడిననో కాదు. పాత ఖాతాదారునని, టిప్ బాగా ఇస్తానని. అతడితో సమయం గడపడం నాకిష్టంగా ఉండేది. నేనన్న మాటలని రేమాండ్ అర్థం చేసుకోడానికి ప్రయత్నిస్తున్నాడని వెనుక అద్దం లోంచి కనబడుతున్న అతడి నొసలు చెబుతున్నాయి. తర్వాత ఓ బ్రష్‌తో నా మెడ పై

ఉన్న కొన్ని వెంట్రుకలను శుభ్రం చేసాడు. మా కళ్ళు కలుసుకున్నా, వెంటనే చూపులు తిప్పుకున్నాం. సున్నితమైన అంశాలలో తల దూర్చడం ఎంత వేగంగా నష్టం కలగజేస్తుందో నాకర్థమైంది. స్నేహితుడొక్కసారిగా అపరిచితుడైనట్లనిపించింది.

నాకు గడ్డం చేయడం పూర్తయ్యింది. నేను కుర్చీ లోంచి లేచాను. రేమాండ్కి డబ్బు అందించాను. దాన్ని జేబులో వేసుకుని తన మనవడిని పిలిచాడు. నేను బైటికి వస్తూ ఆ కొట్టుని, వాళ్ళిద్దరిని కొనచూపుతో చూసాను. ఓ మంచి 'ఆఫ్రికన్-అమెరికన్' మనవడిలా ప్రవర్తించమని తన మనవడికి చెబుతూ, తను తినడానికి కొన్ని డోనట్లు తెమ్మంటున్నాడు రేమాండ్. నాకు కొంచెం బాధేసింది.

కిమ్ చేసిన ప్రయోగం తోటి మనుషులమైన నన్ను, రేమాండ్ని, శాల్ని, జేన్ని గిరిగీసిన వేరువేరు పరిధుల్లోని అసంబంధమైన వస్తువుల్లా మార్చేసింది.

7

ఏడు గంటల వార్తలు

మూల కథని ఆంగ్లంలో ఆస్ట్రేలియాకి చెందిన జాకీ ట్రీట్ వ్రాశారు. ఈ కథలో చాలా భాగం ఆవిడ జీవితంలో జరిగిన వాస్తవ ఘటనల ఆధారంగా వ్రాశారు. మూల కథ 'సెవెన్ ఓ'క్లాక్ న్యూస్' పేరిట 'హీలియమ్.కామ్' అనే వెబ్‌సైట్ కథల విభాగంలో ప్రచురితమైంది.

తెలుగు అనువాదం ఈమాట వెబ్ పత్రిక జూలై 2009 సంచికలో ప్రచురితమైంది.

తెరపైన ఆవిడ తన కూతురిని లాక్కుంటూ పరిగెడుతోంది. పాపం ఆ పిల్ల పాదాలు కార్టూన్ బొమ్మ కాళ్ళలా గాల్లో ఊగుతున్నాయి. అయితే ఇందులో నవ్వడానికి ఏమీ లేదు. వాళ్ళ కళ్ళలో స్పష్టంగా భయం కనపడుతోంది. ఎదురు కాల్పులు జరుపుకుంటున్న రెండు వర్గాల సైనికుల మధ్య వాళ్ళు చిక్కుకుపోయారు, అలానే చిక్కుకుపోయి న్యూస్ బులెటిన్‌లో మళ్ళీ మళ్ళీ చూపిస్తున్న అదే సన్నివేశంలో అలా నిర్విరామంగా పరిగెడుతునే ఉన్నారు. వాళ్ళ జీవితంలో ఈ ఒక్క చిన్న సంఘటన మాత్రమే మనకు తెలుస్తుంది. తర్వాత మళ్ళీ ఇలానే పరిగెత్తడానికి వాళ్ళిద్దరూ తప్పించుకోగలిగారో లేదో ఎప్పటికీ తెలియదు. నాకు కెమేరామేన్ పై కోపం వచ్చింది - కెమెరా వెనకనుంచి కదిలి వాళ్ళకి సాయం చేయచ్చుగా- అంటూ గట్టిగా అరిచేశాను.

ఆ భయం నాకూ తెలుసు. ఆ పాదాలలాగే నావి కూడా గాల్లో తేలాయి నిలకడ కోసం వేసారుతూ. నాకా బాంబులు తెలుసు. బాంబులు మీద పడుతున్నప్పుడు బిగపట్టిన ఊపిరీ తెలుసు. శిథిలాలుగా మారిన ఇళ్ళు తెలుసు. ఆ సైరన్లు నాకు తెలుసు, వాటి ఊళ నా కడుపులో మరమేకులా తిప్పడమూ తెలుసు. అలా పరిగెత్తేది మా అమ్మ, ఆమె వెనక కార్టూన్ బొమ్మకాళ్ళతో నేను, నా చేయి ఆమె చేతిలో, అండర్ గ్రౌండ్‌లోకి రైల్వే స్టేషన్ వైపు దీపాలు వెలగని నగర వీధుల చీకటిలోంచి. అక్కడే పడుకోడానికి ప్రయత్నించేది తన రెండు చేతులతోను నన్ను పొదువుకొని, జోకులేసుకుంటూ ఉమ్ముతూ గురకపెడుతూ మూలుగుతూ ఉన్న ఈస్ట్ఎండ్ వాసుల శరీరాల మధ్యలో. దాడి ఆగిపోయిందని తెలిశాక శక్తి కూడదీసుకుని మెల్లిగా కదిలి తమ తమ ఇళ్ళకు వెళ్ళి జరిగిన నష్టాన్ని అంచనా వేసుకునేదాకా.

నేను విపరీతంగా అలసిపోయినప్పుడు ఈ జ్ఞాపకాలు నన్ను వెంటాడుతాయి. నిద్రకీ మెలకువకీ మధ్య నా మదిలో అస్పష్టంగా కదలాడుతాయి.

చంకలో పసిబిడ్డలు, కాళ్ళ దగ్గర చిన్న పిల్లలతో రష్యా స్త్రీలు గంటల కొద్దీ ఓపికగా వరుసలో పాల కోసం, రొట్టె ముక్కల కోసం నిలబడి ఉన్నారు. డబ్బు లేని పేద స్త్రీలు తమ వద్దనున్న ఏదో ఒక వస్తువుని, తమ గిల్టు ఆభరణాలనో,

మంచు కురిపించే గాజు గోళం బొమ్మలనో, అమ్మేసి ఆ లైనులో చోటు కోసం ప్రయాస పడుతున్నారు. ఒక గాజుబొమ్మ ఆ బోసినోటి బామ్మకు ఓ రొట్టెముక్కని కొనిస్తుందా?

బాంబులు పడినప్పుడు మా అమ్మ ఏడవడం నేను చూడలేదు. ఇళ్ళు కూలిపోయినప్పుడు, ఆకాశంలో మంటలు రేగినప్పుడు మా అమ్మ ఏడవడం నేను చూడలేదు. ఒక రోజు కాసిని అరటి పళ్ళ కోసం, ఆ పచ్చని పండ్ల కోసం కొన్ని గంటల సేపు లైన్లో నిలుచున్నాం. చివరికి అమ్మ వంతు రాకముందే అరటిపళ్ళు అయిపోతే, పళ్ళు ఇకలేవు అని చెపితే అప్పుడు ఏడ్చింది. తన అదుపులో లేని పరిస్థితులను చూసి, తనకి దొరకని న్యాయాన్ని చూసి, తన చిన్నపాటి ప్రపంచం కూడా తన చేతులలో లేకపోడం చూసి గుండెలవిసేలా ఏడ్చింది.

తాత్కాలికంగా విధులు ముగించుకుని సైనికులు స్వదేశం చేరుతున్నారు. విమానాశ్రయంలో దేశ ప్రధాని వారికి స్వాగతం పలుకుతున్నాడు. భార్యలు, ప్రియురాళ్ళు, అమ్మలు సైనికులను హత్తుకుంటున్నారు, ముద్దులు పెట్టుకుంటున్నారు, వాళ్ళు ఇంతకు ముందు చూడని తమ సంతానాన్ని వారి చేతులకందిస్తున్నారు. తండ్రిని ఇంతకు ముందు చూడని చంటిపిల్లలు ఆ కొత్త మొఖం వంక అనుమానంతో కోపంతో చూస్తున్నారు. కొంచెం పెద్ద పిల్లలు తమ తండ్రుల కాళ్ళని చుట్టుకుంటున్నారు.

ఓ రోజు నేను నిద్ర లేచేసరికి మా వంటిట్లో ఎవరో ఓ కొత్త వ్యక్తి కనపడ్డాడు. నాకు ఏడుపొచ్చింది. ఎందుకంటే ఆ గది అమ్మకి, నాకు మాత్రమే పరిమితం. అక్కడ ఓ మగాడు కనపడడం నాకు భయాన్ని కలిగించింది. అతనక్కడ ఉండకూడదనిపించింది. అమ్మ నవ్వేసింది. నా ఏడుపుని సరదాగా తీసుకుంది. నేనింకా గట్టిగా ఏడ్చాను.

'భయం లేదమ్మా. ఈయన మీ నాన్న' అంటూ పరిచయం చేసింది. 'ఈ మధ్య కాలంలో నాన్న ఇంటికి రాలేదు కదా, అందుకని నీకు కొత్త! వచ్చి

నాన్నకి ముద్దు పెట్టు' అని అంది. నాన్న అంటే ఎవరో నాకు తెలుసు. నా కథల పుస్తకాల్లో ఉంది. కానీ ఈయన నాకు తెలియదు. నాకు అస్సలు నచ్చలేదు. ఆయనని నేను పట్టించుకోలేదు. పుస్తకాన్ని తెరిచి అందులో తల దూర్చాను. ఆయన పైప్ వెలిగించి పొగ వదిలాడు. ఆ వాసన నాకు నచ్చలేదు.

ఇదంతా అయిపోయాక, యుద్ధం ముగిసి నాన్న శాశ్వతంగా ఇంటికి వచ్చేసాక కూడా పైన ఎగిరే విమానాలు ఇకపై ఏ మాత్రం మాకు ప్రమాదం కలిగించవని నేను నమ్మలేకపోయాను. నాకు నాన్న కన్నా విమానాలంటేనే భయం. ఒక రోజు నాన్న నన్ను ఎయిర్ బేస్‌కి తీసుకువెళ్ళాడు. నన్ను ఎత్తుకుని యుద్ధ విమానం రెక్కలని ముట్టుకోమన్నాడు. చల్లగా మృదువుగా వున్నాయి. "చూశావా? అవి నీకేమీ హాని చేయవు. భయపడాల్సిన అవసరమే లేదు" అని చెప్పాడు. అయితే అదెలాగో నాకర్థం కాలేదు.

నేను బడికి వెళ్ళడం మొదలుపెట్టాను. బడిలో రోజు పొద్దున్నే మిలిగాన్ మేడం బల్ల ముందు నిలబడాలి. ఆవిడ మా నోట్లో ఓ చెంచాడు చేప నూనె పోసేది, జావ ఇచ్చేది. నోరు తర్వాత నోరు ఆ చెంచా చుట్టూ మూసుకుంటూ, చేదుగా. దాంతో నాకు చేపలంటేనే విరక్తి కలిగింది. రోజూ చెంచాడు చేప నూనె తాగితే వంటికి మంచిదని ఎవరు చెప్పారో కాని నాకు మాత్రం అది మూఢ నమ్మకం అని తోచింది. అప్పుడప్పుడూ ఆస్ట్రేలియా నుంచి వచ్చిన పెద్ద పెద్ద గుండ్రని ఎర్రని ఆపిల్ పళ్ళు ఇచ్చేవారు. అవెంతో తియ్యగా ఉండేవి. ఒక్క ఆపిల్ ఇచ్చేవారు. అప్పుడే అక్కడే తినచ్చు. అవి తింటుంటే నోటి దగ్గర చిన్నగా కారే రసం బాగుండేది. అప్పటి దాక నాకు తెలిసి జ్యూస్ అంటే నీళ్ళలో కలుపుకొని తాగేట్టు సీసాల్లో వుండే చిక్కని రసం, కోడిగుడ్లంటే ఓ టిన్‌లోంచి చెంచాతో తీసుకునే పసుపు పచ్చ పొడే. ఇక నారింజపళ్ళు ఎంత అరుదంటే క్రిస్మస్ పండగకి వాటిని బహుమతిలిచ్చుకునేంత.

ఆస్ట్రేలియా చాల దూరంలో ఉన్న పెద్ద దేశమని, అక్కడ ఆపిల్ పళ్ళు, అత్తి పళ్ళు ఎక్కువగా దొరుకుతాయని, గొర్రెలను పెంచుకోడానికి పెద్ద పెద్ద గడ్డి మైదానాలు ఉంటాయని మిలిగాన్ మేడం చెప్పారు. నాకెందుకో అక్కడికి వెళ్ళాలనిపించింది.

బురఖాలో ఉన్న స్త్రీలు శిథిలాలలో ఒకప్పటి తమ ఇళ్ళల్లో ఏదైనా పాడైపోకుండా దొరుకుతుందేమోనని ఆశగా వెతుకుతున్నారు. ఫామిలీ ఫోటో, అమ్మ పెట్టుకున్న ఉంగరం, తమకిష్టమైన పొడుగు ముక్కు పింగాణీ టీ గిన్నె... ఏదైనా. ఈ యుద్ధమనే పీడకల రాకముందు తామూ మామూలు మనుషులమేనని, తమవీ మాములు జీవితాలేనని గుర్తు చేసే ఒక నమ్మకమైన ఓదార్పు కోసం వెతుకుతున్నారు.

మా అమ్మమ్మ వాళ్ళింటికి వెడుతూ మేము దారిలో వరుసగా ఉన్న డాబా ఇళ్ళను చూస్తాం. కొన్ని పళ్ళు ఊడిపోయిన పలువరుసలాగా, కూలిపోయిన ఇళ్ళ ఖాళీ స్థలాలు బోసిగా కనిపిస్తాయి. ఒక ఇంటికి ముందు గోడ, కిటికి మాయమైపోయి, లోపలి జీవితాలు చెల్లా చెదురై బయటపడి కనిపిస్తున్నాయి. చిన్న చిన్న గులాబీపూలున్న ఆకుపచ్చ రంగు వాల్‌పేపర్ అలాగే ఉంది. నీళ్ళ బేసిన్ దగ్గర బుట్టలో పగిలిపోయిన పింగాణీ సామాన్లు, విరిగిన అలమారా నుంచి వేలాడుతున్న పీలికలైన బట్టలు.

ఆ పక్కింట్లో తలకి ఎర్ర గుడ్డ చుట్టుకున్న ఓ ఆవిడ వరండా తుడుస్తుంది. తెల్లటి డోవర్ కొండచరియలపై ఎగిరే అందమ్కెన నీలిరంగు పక్షులను తలచుకుంటూ తన జీర గొంతుతో పాట పాడుతుంది.

శిథిలాలు తీసేసిన ఖాళీ చోట్లపై ఆకాశం విచ్చుకుని గుబురుగా మొక్కలు మొలిచాయి. నారింజ రంగు ముద్ద బంతులు, గుబురుగా దట్టంగా ఉన్న గులాబీ మొక్కలు, పొడవ్కెన రెల్లుగడ్డి పొదలు ఇవన్నీ మసిబారిన మా బాల్యపు వీధులలోకి రంగులని తెచ్చాయి.

యుద్ధం ఆగిపోయాక నాకు ఒక కానుక వచ్చింది. అది ఓ బొమ్మ బండి. అందులో చక్కని చిన్న దుప్పటి కప్పిన ఓ బుల్లి బొమ్మ ఉంది. బండి నీలిరంగులో ఉండి, దానిపై తెల్లరంగులో ముగ్గులున్నాయి. పైకీ కిందికీ జరిగే గూడు కూడా వుంది. దాని చక్రాలు వెండి రంగువి. నా బొమ్మవి నీలికళ్ళు.

అవెప్పుడు తెరిచే ఉండేవి. ఆ కళ్ళ చుట్టూ దట్టమైన నల్ల కనుబొమలు ఉండేవి. ఆ బొమ్మ జుట్టు ఉంగరాల జుట్టు, పసుపు రంగులో ఉండేది. బట్టలు తెలుపు.

నేనా బొమ్మని ఆ బండిలో మా అమ్మమ్మ వాళ్ళ పొడుగాటి వరండాలోంచి చివరగా వున్న వంట గది దాకా తోసుకెళ్ళాను. అమ్మా, పిన్నులు కలగలుపుగా కబుర్లు చెప్పకుంటూ నవ్వే నవ్వులు గిన్నెల చప్పుళ్ళలో కలిసి వినిపించాయి. నా బొమ్మని చూసి బావుందంటూ మెచ్చుకుని తిరిగి మాటలలో మునిగిపోయారు.

నేను నా బొమ్మని వంటింట్లోకి తీసుకువెళ్ళాను. వంటింటి దిమ్మ మీద ఉన్న చెక్క అలమారలో అమర్చి ఉన్న గరిటెలను నా బొమ్మకి చూపించాను. నాకిష్టమైన ఆ పన్నెండు గరిటలు తళతళా మెరుస్తూండేవి, మృదువైనవి. నేను వాటిని పైకి తీశాను, అవి క్రిందపడి గట్టిగా చప్పుడు చేశాయి. వాటినొదిలేయమని అమ్మమ్మ కోపంగా అరిచింది, నేనామెకి పిచ్చెకిస్తున్నానని.

నా బొమ్మకి కోడి పిల్లలని చూపించడానికి దుమ్ముతో నిండిన వరండాలోకి తీసుకెళ్ళాను. కాని అక్కడ ఎక్కువ సేపు ఉండలేదు. కోళ్ళ పదునైన ముక్కు, గోళ్ళంటే నాకు భయం. అవెప్పుడు గీరుతూ అరుస్తూ ఉంటాయి. సోఫీ పిన్ని దగ్గరలోని ఓ బల్ల మీద కూర్చుని ఓ కోడిని వండడానికి సిద్ధం చేస్తోంది. బతికున్నప్పటి కోడికీ, పిన్ని కోసే శరీరానికి మధ్య సంబంధం నేను వూహించలేకపోయాను. పిన్ని ఆ కోడి పొట్టలో ఉన్న గుడ్లని చూపించింది. అవి గుండ్రంగా, మెత్తగా ఉన్నాయి. అమ్మమ్మ వాళ్ళింట్లో కోళ్ళు నిజమైన గుడ్లు పెడతాయి. వాటి పైపెంకు లేత ఇటిక రంగులో నున్నగా, లోపల మెత్తగాను ఉంటాయి. నాకు పసుపుపచ్చని ఎగ్ పౌడరంటేనే ఇష్టమని నేను చెప్పాను. 'ఎప్పుడైనా కోడి కాలు తిన్నావా?' పిన్ని అడిగింది. వెన్నలా ఉంటుందట. కాని నాకది అంతగా నచ్చలేదు. ఈకలు పీకిన కోడి చర్మం కొంచెం ఎర్రగా బుడిపలతో, అక్కడక్కడ ఇంకా మిగిలిపోయిన సన్నని తెల్లటి ఈకలతో, ముసలివాళ్ళ మెడలా ఉంది. అది నేనెందుకు తింటాను?

నా బండిని ముందు హాల్లోకి, తాతయ్య, నాన్న, బాబాయిలు కూర్చున్న చోటకి తీసుకువెళ్ళాను. వాళ్ళు లో గొంతుకతో మెల్లగా మాట్లాడుకుంటున్నారు. గాలంతా వాళ్ళు పీలుస్తున్న చుట్టల వాసనతో నిండిపోయుంది. నేను నా బండిలో బొమ్మ దుప్పటిని సరిజేస్తుంటే ఉన్నట్టుండి ఏదో పెద్దగా పగులుతున్న చప్పుడు వచ్చింది. తర్వాత ఇంటి కప్పు పొడిపొడిగా రాలిపోయింది. తెల్లని సున్నం పెళ్ళలు, పెచ్చులు, తెల్లని పొడి... నా మీద నా బండి మీద బొమ్మ మీద,

మమ్మల్ని కప్పుతూ. నేలని, కుర్చీలని, బల్లలని, మనుషులని తెల్లని రంగు నింపేసింది. నా ముక్కులోకి, గొంతులోకి దుమ్ము పోవడంతో నాకు దగ్గొచ్చింది.

'బాంబ్' అని పెద్దగా అరిచి ఒక్క గెంతులో టేబుల్ కిందికి దూరాను. 'భయపడకు. బాంబు కాదది. ఇప్పుడు బాంబులు పడడం లేదు. యుద్ధం జరిగినప్పుడు పడిన బాంబుల వలన ఇంటికప్పు దెబ్బతిన్నది. అందుకే కూలిపోయింది. భయంలేదు. యుద్ధం ముగిసిపోయింది', నాన్న మెల్లిగా చెప్పాడు. ఇప్పుడు నాకు నాన్నంటే ఇష్టం పెరిగింది. కానీ ఆయన చెప్పింది నేను పూర్తిగా నమ్మలేకపోయాను.

మా అమ్మమ్మ వాళ్ళింటి వీధిలోనే ఆసుపత్రి ఉంది. అంబులెన్సు నుంచి రోగులను స్ట్రెచర్‌పై ఆసుపత్రిలోకి తీసుకెళ్ళడాన్ని కిటికిలోంచి అబ్బురంగా చూసేదాన్ని. రోగులని ఎప్పుడు ఎర్ర దుప్పటితో కప్పి ఉంచేవారు. రోగుల శరీరంపైన ఉండే రక్తం కనపడకుండా ఉండడానికే ఆ ఎర్ర దుప్పటి కప్పుతారని నాకు తర్వాత మిలిగాన్ మేడం చెప్పారు. నేను ఓ మూల గదిలో కూర్చుని - చారల పిల్లి ఓర్లాండో ప్రపంచంలోకి వెళ్ళిపోయాను. ఓర్లాండో సెలవలకి ఊరెళ్ళడం, ఓర్లాండో తోటలు కొనడం భలే కథలు. సెలవలు, ఊళ్ళూ తోటలు -రోగులు, రక్తం కన్నా, గోడలు లేని మొండి ఇళ్ళు, కూలే కప్పుల గదులకన్నా హాయిగాను వాటికెంతో దూరంగాను ఉంటాయి.

ట్రాలీ బస్సులో మాకెదురుగా ఒక వ్యక్తి కూర్చున్నాడు. అతడికి ముక్కు లేదు. మామూలుగా కనపడకుండా ఉండే ముక్కుగొట్టాలు అతని ముఖంలో నాకు కనిపించాయి.

'అలా కళ్ళప్పగించి చూడకు. అతను యుద్ధంలో గాయపడ్డాడు' చెప్పిందమ్మ. అతడు పెద్ద కోటు వేసుకుని ఉన్నాడు. అతడి ఎడమ చేతి వైపు ఖాళీగా ఉంది. కోటు భుజం దగ్గర పిన్ను పెట్టి ఉంది.

కొంతమంది ఊతకర్రలతో నిలబడి ఉన్నారు. వాళ్ళకి ఏదో ఒక కాలు లేదు. లేదా మోకాలి వరకే ఉన్నాయి. పాదాల వరకు దుప్పటి కప్పేసుకుని కొంతమంది చక్రాల కుర్చీలో ఉన్నారు. మరికొంతమందికి చూపులేని కళ్ళని

కప్పుతూ పట్టీలు ఉన్నాయి.

నేనిప్పుడు చారల పిల్లి సెలవలకి ఊరెళ్ళే కథ, బావురు కప్ప కారు నడిపే కథ కాకుండా ప్లాస్టిక్ సర్జరీలపై రాసిన పుస్తకాలు చదువుతున్నాను.

నేను మొదటి సారిగా జర్మనీకి వెళ్ళినప్పుడు భయాన్ని గెలిచాననుకున్నాను. నేను, నా నేస్తం 'కే' లాంబ్రెట్టా పై, ఈస్టర్ రోజులలో వెళ్ళాం. మంచులో చలికి చేతివేళ్ళు కొంకర్లు పోయాయి. ఒక సత్రంలో ఆగాం. ఒక లావాటి ఆవిడ అక్కడక్కడా పళ్ళు లేని నోరుతో నవ్వుతూ మమ్మల్ని ఆహ్వానించింది. ఆమె నోట్లోంచి దాల్చినచెక్కా, లవంగపు వాసనొచ్చింది. ఓ పెద్ద కర్ర పొయ్యి పెంకులకి చేతులు ఆన్చి చలికాచుకున్నాం. ఇరుకైన చెక్క మెట్లెక్కి ఓ విశాలమైన గదిగుండా వెళ్ళాం. ఆ గదిలో చాలామంది మగవాళ్ళు, ఒకే రకమైన యూనిఫాం వేసుకొని వరుసగా కుర్చీలలో కూర్చుని ఉన్నారు. ఆ యూనిఫాం నలుపో, ఊదానో. ఆ గదిలో తడిసిన ఉన్ని, చెమట కలిసిన వాసన ఘాటుగా కొట్టింది. నల్లబల్ల మీద గీసిన ఓ బొమ్మని ఓ కర్రతో చూపిస్తూ ఓ వ్యక్తి తన ఎదురుకుండా కూర్చున్న వాళ్ళకి ఏదో చెబుతున్నాడు. అది ఓ సై నిక వాహనం తాలుకు నమూనా. పెద్ద పెద్ద చతురస్రాలు, చిన్న చిన్న వృత్తాలు.

మేం పడుకునే గదిలోకి రాగానే మా మంచం అంచు మీదే కూర్చున్నాం, కళ్ళు విప్పార్చుకొని. 'వాళ్ళెవరై ఉంటారో? నాజీలా?' ఈ మధ్యే విడుదలైన యుద్ధపు సినిమాల్లోని సన్నివేశాలు నా కళ్ళ ముందు మెదిలాయి. జైళ్ళ దృశ్యాలు, వేధింపుల దృశ్యాలు, చెప్పలేని అమానుష చర్యల దృశ్యాలు... మా అమ్మ మాట వింటే బాగుండేది. నేనిక్కడకి రాకుండా ఉండాల్సింది. నా ఆత్మవిశ్వాసం తృటిలో సడలిపోయింది. 'కే' భయంతో తన చేతిరుమాలుని ముళ్ళేస్తూ, విప్పుతూ 'ఆ బొమ్మ టాంకే కదా?' అంది. 'ఆరు చక్రాలా, ఎనిమిదా? పక్కనుంచి పొడుచుకొస్తూ తుపాకులే గదా? అది టాంకే'.

మేము తలుపు గడియ పెట్టుకున్నాం. కుర్చీని గడియ కిందికి నెట్టాం. నేను రాత్రంతా మేలుకునే ఉన్నాను, ఎవరైనా గదిలోకి చొరపడతారేమోనని చెవులు రిక్కించి, బాంబులు, బుల్లెట్ల రొద కోసం, సైనికుల సెయ్‌గ్ హెయ్‌ల్ శాల్యూట్ల అరుపుల కోసం. తెల్లారాక మాకు గది చూపించినావిడని అడిగాం, రాత్రి జరిగిన ఆ సమావేశం దేని గురించని. అప్పుడు తెలిసింది వారంతా

అగ్నిమాపక దళం సిబ్బందని. నల్లబల్ల మీది ఆ బొమ్మ ఫైరింజను. పక్కన ఉన్నవి తుపాకులు కావు, నీళ్ళ గొట్టాలు. మా మూర్ఖత్వానికి మేము నవ్వుకున్నాం. యుద్ధం జీవితం పట్ల మన దృక్పథానికి రంగులు పులుముతుంది.

కొన్నేళ్ళ తర్వాత మా కుటుంబమంతా ఓ చిన్న కారులో ఐర్లాండ్‌కి వెళ్ళాం. ఎందుకైనా మంచిదని కారు వెనక అద్దానికి పెద్ద ఆస్ట్రేలియా జెండా అంటించాం. ఈల వేసే పోస్టాఫీసు ఆవిడ, ఫిడేల్ వాయించే హెల్త్ ఇన్‌స్పెక్టర్, బోథ్‌రాన్ వాయించే మెకానిక్ అందరూ వాళ్ళ సంగీతాన్ని మేము పాడడానికి చేసిన ప్రయత్నాలను మెచ్చుకున్నారు. ముసలివాళ్ళు చేసే జానపదుల నాట్యాలు చూడటం కోసం చిన్న చిన్న పూరిళ్ళ హొటళ్ళకి తీసికెళ్ళారు, 'ఐరిష్ చుక్క ఒకటి వేసుకుంటారా?' అని అడిగేవారు.

పండగలప్పుడు మైదానాలలో షామియానాల కింద కెనెడియన్లు, జర్మనులు, డచ్, అమెరికన్లు, ఇంగ్లీషువారు, ఐరిష్ కలసిపోయి తెలిసిన పాత పాటల్ని గుంపుగా పాడారు. కల్సిపోయి ఆడారు. ఒకే గొంతుతో, ఒకే రాగంలో, ఒక్కటిగా శాంతితో, దీపాలు పోయినప్పటి చీకట్లో కొవ్వొత్తులు, కాగడాలు పైకెత్తిన చేతులతో అటూ ఇటూ ఊపుతూ.

సరిహద్దును దాటాం, తగలబడిన కార్లూ, బస్సులను దాటుకుంటూ. దారంతా కావాలని పెట్టిన గోతుల్లో, ఆ కుదుపుల్లో మేమేమన్నా బాంబులు తెస్తుంటే అక్కడే పేలిపోడానికి. ఓ ఇంగ్లీషు సైనికుడు మమ్మల్ని ఆపాడు. కిటికిలోంచి మా అబ్బాయి వైపు గురి చూస్తూ తుపాకీ గొట్టం. స్నేహం, సోదర భావన మాలో ఒక్కసారిగా నీరుగారిపోయాయి.

'నీ చేతిలో ఆ పెట్టె ఏమిటి బాబూ?'

'మాండలిన్' మా అబ్బాయి గొంతు పీలగా మాటలు పెగలకుండా.

'తెరిచి చూపించు', తుపాకీ గొట్టం ఇంకొంచెం ముందుకొచ్చింది. తెరిస్తే మెత్తటి మృదువైన నీలి రంగు గుడ్డ పై పసిడి రంగులో మెరుస్తున్న గిబ్సన్ మాండలిన్.

'మాండలిన్‌ని పైకి తీసి దాని కింద ఏదైనా ఉందేమో చూపించు'

మా అబ్బాయి కళ్ళలో భయం నేను చూడలేకపోయాను. వాడి బాధల్లా

ఆ మాండలిన్ ఏమైఈపోతుందనే. మాండలిన్‌ని సున్నితంగా పైకి తీసాడు. ఆ సైనికుడు లోపలంతా జాగ్రత్తగా తడిమి చూసాడు.

'సరే. లోపల పెట్టేసుకో' అంటూ పెద్దవాళ్ళ కేసి చూశాడు సైనికుడు.

'ఎక్కడినుంచి వస్తున్నారు?'

'స్లైగో'

'స్లైగో? అక్కడేం చేసారు?'

'పాటలు పాడొస్తున్నాం'

'మీ కారు డిక్కీ వెదకాలి'

ఎందుకని మేమడగలేదు. అతడికి కావల్సినదేది మా దగ్గర దొరకలేదు. వెళ్ళిపోవచ్చున్నట్లుగా చేయి ఊపాడు. మేము ఫెర్రీ ఎక్కాక కాని మళ్ళీ కుదుట పడలేదు. ఆ తర్వాత దిన పత్రికలో లార్డ్ మౌంట్‌బాటన్‌ని స్లైగో తీరంలో పడవ మీద పేల్చేసారని వార్త.

***

పొడుగైన భవంతులలోకి దూసుకొస్తూ ప్రయాణీకుల విమానాలు. పొగ, దుమ్ము, పరిచయమైన అవే ఆకారాల్లో, మబ్బుల్లా దట్టంగా. కిటికీల గుండా మంటలు బైటికి నాలికలు చాస్తూ. నేల కూలుతున్న భవంతులకు దూరంగా ఆడా మగా, పిల్లలు పెద్దలు అంతా రోడ్ల మీద కెమేరాలు దాటి పరిగెత్తుతున్నారు. వాళ్ళ బట్టలు, శరీరాలు తెల్లని పొడితో కప్పబడిపోయి. కళ్ళలో భయం, అదే. చూసేవారు నమ్మలేకపోతూ అరుస్తూ ఏడుస్తున్నారు.

***

నాన్నా, నువ్వు చెప్పింది తప్పు. నాకు అప్పుడే తెలుసు నాన్నా. బాంబులు పడుతునే ఉంటాయి. రెక్కలు చల్లగా మృదువుగా ఉన్నప్పటికీ విమానాలు ఎప్పటికీ మనుషులని చంపుతునే ఉంటాయి.

***

నా పీడకలల్లో నేనింకా లండన్ నగరపు అండర్‌గ్రౌండు కోసం పరిగెడుతునే ఉంటాను పరిచిన ఆ నాపరాళ్ళ బండలపై. బయటకు వెళ్ళే దారి నాకు తెలియదు. సాయం కోసం అడుగుదామన్నా ఎవరూ ఉండరు. నా బాల్యమంతా ఇక్కడే దాక్కొన్నాను.

అయినా ఈ అండర్‌గ్రౌండ్ నాకు పరిచయం కాదు, నాకు ఊరటనివ్వదు.

లండన్ ప్రజలు కెమెరాలను దాటుకుంటూ తూలుతూ నడుస్తున్నారు. అవే ముఖాలు, తెల్లటి దుమ్ముతోటో, కట్లతోటో, రక్తంతో, గాయాలపై పట్టీలతో, అండర్ గ్రౌండ్ నుంచి మళ్ళీ మళ్ళీ బైటకి వస్తున్నాయి. అంబులెన్సులు సైరన్లతో స్ట్రెచర్లపై మనుషులని ఆసుపత్రికి తీసికెళుతున్నాయి. రోగులను తగరపు దుప్పట్లతో కప్పుతున్నారు, కాని అవి రక్తాన్ని కనబడకుండా ఆపగలవా? రోడ్డు మీద ఓ డబుల్ డెక్కర్ బస్సు నిలువుగా చీలిపోయి ఉంది - తినడానికి కోసిన మామిడిపండులా, పొట్ట పగిలిన బయటకి కనిపిస్తున్న పేగుల్లా బస్సు సీట్లు ప్రపంచానికి కనిపిస్తూ. ఈ రోజును చూడవలసి వచ్చిన తన దౌర్భాగ్యాన్ని పెద్దగా ఏడుస్తూ ప్రపంచంతో ఒక మనిషి పంచుకుంటున్నాడు.

మార్కెట్ ప్రాంతాలలో పసిబిడ్డలు ముక్కలైపోతున్నారు. హొటళ్ళలోను, బార్లలోను టూరిస్టులు బలవుతున్నారు. తమ ఇళ్ళూ, వూళ్ళను వదిలి పోతున్న వారిపై ఆకాశం నుంచి బాంబుల వర్షం, పోలీసు స్టేషన్ల ఎదుట ఆత్మాహుతి దళాల ఘాతుకాలు - ఇవన్నీ ఇప్పుడు కెమెరాలో. మొబైల్ ఫోన్ కెమెరాలలో, వీడియో కెమెరాలలో, టివి కెమెరాలలో. ఇవన్నీ మన కోసం, మన వినోదం కోసం... నా గతాన్ని రోజూ గుర్తు చేయడం కోసం...

నాన్నా, బాంబులు ఇంకా పేలుతూనే వున్నాయి. ప్రతీ రోజు ఏడుగంటల వార్తలలో వినిపిస్తూనే వున్నాయి. నాన్నా, పాదాలు గాల్లో తేలుతూ పరిగెత్తిన ఆ పాప జీవితాంతం ఆ యుద్ధంతో కలిసే బతకక తప్పదు.

8

గాంధీ అభిమాని

మూల కథని ఫ్రెంచ్ భాషలో "లె అద్మిరాచుర్ దె గాంధీ" పేరిట పాన్ బూయయూకాస్ వ్రాశారు. పాల్ కర్టిస్ డా ఆంగ్లంలోకి అనువదించారు.

'గాంధీస్ అడ్మైరర్' పేరిట ఆంగ్ల అనువాదం 'వర్డ్స్ వితవుట్ బోర్డర్స్' అనే సాహిత్య వెబ్‌సైట్ ఏప్రిల్ 2011 సంచికలో ప్రచురితమైంది.

తెలుగు అనువాదం ఈమాట వెబ్ పత్రిక మే 2011 సంచికలో ప్రచురితమైంది.

ఆ శనివారం, మార్చి 8న అర్ధరాత్రికింకా పన్నెండు నిమిషాలుంది. ఆ రోజు జరిగిన హాకీ మ్యాచ్ వివరాలను రేడియోలో వింటున్నాడతను. కాసేపట్లో టి.వి.లో 'గాంధీ' సినిమా రాబోతోంది. ఆ సినిమా చూస్తూ తాగడం కోసం అతను వంటింట్లో చాక్లెట్ డ్రింక్ కలుపుకుంటున్నాడు. ఇంతలో హఠాత్తుగా రేడియోలో ఓ ప్రకటన వెలువడింది. దాన్ని వింటూనే అతడి నోట్లోంచి ఒక శాపనార్థం వచ్చింది.

బాంబు దాడులకి కనీసం ఓ చిన్న నిట్టూర్పు కూడా అతనినుంచి రాదు. వేర్వేరు తెగల మధ్య గొడవలు, గుంపు హత్యలు, క్రూరమైన ఆచారాలలానే బాంబు దాడులు కూడా రోజూవారీ వార్తలలో సర్వసాధారణమైపోయాయి. మాంట్రియల్‌లో ఘోర విమాన ప్రమాదం జరిగి దాదాపుగా మూడువందల మంది చనిపోయినప్పుడు కూడా అతను అంతగా చలించలేదు. ఈ ఏడాది ప్రారంభం నుంచి ఎన్నో విమాన ప్రమాదాలు జరిగాయి, విమానయాన చరిత్రలో ఎక్కువ ప్రమాదాలు జరిగిన సంవత్సరాలలో ఒకటిగా ఈ ఏడాది అప్పుడే పేరు సంపాదించేసింది. కానీ, ఇప్పుడీ రేడియో ప్రకటన – 'ఓ–పాజిటివ్' గ్రూప్ రక్తం ఉన్న వ్యక్తులను తక్షణం సెయింట్ ల్యూక్ ఆసుపత్రికి రమ్మని ప్రాధేయపడుతూ – అతన్ని వ్యక్తిగతంగా బాధ్యుణ్ణి చేసింది. అతనిది ఓ–పాజిటివ్ గ్రూప్ రక్తమే; పైగా సెయింట్ ల్యూక్ ఆసుపత్రి అతనుండే అపార్ట్‌మెంట్ నుంచి పది నిముషాలు, అంతే.

అతను రేడియో కట్టేశాడు. "గాంధీ ఎంతగొప్పవాడైనా సరే, కానీ అవతల ఓ మనిషి ప్రాణం నేనివ్వబోయే కొద్దిపాటి రక్తంపై ఆధారపడి ఉన్నప్పుడు, ఓ చనిపోయిన వ్యక్తి గొప్పతనాన్ని టీవీలో చూడ్డం కోసం నేనాగలేను. చాక్లెట్ డ్రింక్ తాగేసి, తయారై ఆసుపత్రికి వెళ్లిపోతాను" అనుకున్నాడు.

చాక్లెట్ డ్రింక్‌ని కప్పులోకి వంపుకున్నాడు.

చాక్లెట్ డ్రింక్ చాలా వేడిగా ఉంది. చల్లార్చేందుకు దానిపై నోటితో ఊదుతూ వంటింటి కిటికీలోంచి బైటికి చూశాడు. కిటికీ అవతల దాదాపుగా మూడంతస్తుల ఎత్తు పెరిగి, ఆకులు రాలిపోయిన మేపుల్ చెట్టు గాలికి ఊగడం చూసి అతని ఒళ్ళు జలదరించింది. బైట కురుస్తున్న మంచు రోడ్డు పక్కగా నిలిపి ఉంచిన అతని కారు చుట్టూ తెరలు తెరలుగా సుళ్ళు తిరుగుతోంది.

"కార్ బ్రేక్ డౌన్ అవకుండా ఉంటే బావుండు" అనుకున్నాడతను. ఎక్కువగా

ప్రయాణాలు చేసే ఓ సేల్స్‌మాన్ షికాగో నుంచి బయల్దేరి వెడుతుండగా అతని కారు హైవే మీద పాడైపోయి మంచు తుపానులో నిల్చిపోయిన దారుణ సంఘటన అతనికి గుర్తొచ్చింది. ఆ రోడ్డు మీదుగా వెళ్ళేవారెవరైనా ఆగి సాయం చేస్తారేమోనని ఆ సేల్స్‌మాన్ దాదాపుగా మూడు గంటలు వేచి చూశాడు. కానీ ఎవరూ ఆగలేదు. నిరాశతోనూ, చలికి సగం గడ్డ కట్టుకుపోయి అతను తన కార్లో ఎక్కి కూర్చుని, తన సహోద్యోగులకి ఒక చిన్న వీడ్కోలు ఉత్తరం మనసుకు తాకేట్టుగా రాసి నోటిలో తుపాకీ పెట్టుకుని కాల్చుకున్నాడు.

"ఇటువంటి సంఘటనలు పెద్ద నగరంలో జరగవు, ప్రతీ వీధి మూలన పబ్లిక్ టెలిఫోన్ బూత్ ఉంటుంది కదా" అనుకున్నాడు.

అంతలోనే: "ఈ మాంట్రియల్ ఎలా పెరిగిపోయిందంటే, ఎవరైనా సాయం చేయడానికి వస్తే వాళ్ళెలాంటివాళ్ళో అని భయం పుడుతుంది, ధైర్యం రావడానికి బదులుగా!"

అలా అనుకోడానికి కారణం అతని అపార్ట్‌మెంట్‌కి కొన్ని బ్లాక్‌ల అవతలే జరిగింది. ఒక పిల్లల డాక్టరు, కుర్రాడే, ఓ సాయంత్రం పూట వాళ్ళమ్మని ఇంటికి తీసుకువెడుతుండగా, కారు టైరు పంచరయింది. సాయం చేస్తామంటూ ఆ దారిన వెడుతున్న ఇద్దరు ఆగారు. అందులో ఒకడు కడ్డీతో డాక్టర్ తలమీద గట్టిగా మోదాడు, ఇంకోడేమో వాళ్ళమ్మపైకి దూకాడు. అయితే ఆవిడ భయంతో గట్టిగా కేకలు వేయడంతో దుండగులు ఆమె హాండ్‌బ్యాగ్‌ని లాక్కుని పారిపోయారు.

"సమాజానికింకా ఎంతో ఇవ్వగలిగిన ఓ యువ డాక్టర్ సాయం కోసం ఎదురుచూస్తూ, మాదకద్రవ్యాలకు బానిసలైన వ్యక్తుల చేతుల్లో హత్యకి గురయ్యాడు." అతని ఆలోచన కొనసాగింది.

"ఇటువంటి ప్రమాదకరమైన వాతావరణంలో, గాయపడడానికి లేదా చావడానికి సిద్ధమై, నేనిప్పుడు ఓ గూండాకి సాయం చేయడానికి వెళ్ళడం అంత అవసరమా? లేకపోతే ఈ సమయంలో రక్తం ఎవరికి అవసరమవుతుంది? ఆగిపోయిన కార్లను తీసుకెళ్ళే టో-ట్రక్ డ్రైవర్ని దోపిడీ చేయబోయి తన్నులు తిన్న ఏ వ్యసనపరుడో అయుంటాడు. లేదంటే చేతిలో డబ్బులేకపోతే మత్తుమందు కోసం మాదక ద్రవ్యాలమ్మే వాడిని ఎవడో కత్తితో పొడిచేసి ఉంటాడు. లేదంటే నైట్‌క్లబ్ గొడవల్లో బదులు తీర్చుకునేందుకు మోటార్ సైకిల్ గ్యాంగు వాణ్ణెవరో కాల్చేసి ఉంటారు. ఇలాంటివి ప్రతీ రాత్రి జరుగుతునే ఉంటాయి. వెధవ! రక్తం పోయి ఛస్తే ఛావనీ."

కిటికీ దగ్గర నుంచి కదిలాడు. వంటింట్లో దీపం ఆర్పేయబోతుండగా గాయపడిన వ్యక్తి నిజానికి చీకటి ప్రపంచానికి చెందినవాడు కాకపోయుండచ్చని అతని మనసుకి తట్టింది. పైగా నేరస్తుల వలన ప్రమాదానికి గురైన వ్యక్తి కావచ్చు. ఉదాహరణకి, ఆ టో-ట్రక్ డ్రైవర్, ఎంతో కష్టపడి పనిచేసే నిజాయితీ మనిషి, మంచు తుఫానును కూడా లెక్కచేయకుండా రక్తదానం ఇవ్వడానికి వచ్చే వ్యక్తి అయ్యుండచ్చు.

వేడిగా ఉన్న చాక్లెట్ డ్రింక్ కప్పుని గట్టు మీద ఉంచాడు. కిటికీకి అవతల మేపుల్ చెట్టు కొమ్మలు గాలికి కిర్రుమంటూ చప్పుడు చేస్తున్నాయి.

"వాడు తప్పకుండా గూండా అయ్యుంటాడు" తనలో తాను అనుకున్నాడు. "బ్లడ్ గ్రూప్‌లు అనువంశికంగా ఉంటాయి. మరి వాళ్ళ కుటుంబ సభ్యుల్లో ఎవరో ఒకరు వచ్చి కాపాడచ్చుగా? వాడు కోలుకుని మళ్ళీ మత్తుమందులు అమ్మడం కన్నా, లేదంటే హ్యాండ్‌బ్యాగ్‌లు దొంగిలించడం కన్నా, వాడు చచ్చిపోవడమే మంచిదని వాళ్ళు అనుకున్నారేమో? అలాంటి వాడికి నేను నా రక్తం ఇచ్చి వాడిని బతికించాలా? వాడు చెడ్డలవాట్లలో మళ్ళీ కొనసాగడానికా? ఇలాంటివన్నీ కొందరికి తమాషాగా అనిపిస్తాయేమో కానీ, నాకు మాత్రం కాదు." సాగుతున్నాయి అతని ఆలోచనలు.

తన సహోద్యోగి బాబ్ గుర్తొచ్చాడు. నిన్న సాయంత్రం బాబ్ అతనితో పందెం వేసి అయిదు డాలర్లు గెలుచుకున్నాడు. ఏ వృత్తిలోని అబ్బాయిల వెనుక అమ్మాయిలు ఎక్కువగా పరిగెడతారనే ప్రశ్నకి సరైన సమాధానం చెప్పలేకపోయాడతను. ఓడిపోయానని ఒప్పుకున్నాక, "ఓరి దద్దమ్మా! పర్సులు కొట్టేవాడి వెనక!" అంటూ నవ్వాడు బాబ్.

అతను గట్టు మీది కప్పుని అందుకున్నాడు. అయినా అతను దాన్ని తీసుకుని వంటింట్లోంచి బయటకి రాలేకపోయాడు, గాంధీ సినిమా మరో ఏడెనిమిది నిముషాలలో మొదలవబోతున్నా కూడా.

"ఒక వేళ రక్తం కావల్సింది ఎవరైనా యాత్రికుడికేమో? లేదా మాంట్రియల్‌లో కుటుంబమే లేని ఏ ప్రవాసికో అయితే? పోనీ, రక్తం కావల్సింది మాంట్రియల్ మనిషికే కావచ్చు. అతను తన తల్లిదండ్రులతో కారులో బయటకి వెళ్ళి ఉండచ్చు, దారిలో కారు పాడైపోయుండచ్చు, ఈ వాతావరణంలో జారిపోయి ఏ గోడనో స్తంభాన్నో గుద్దుకుని అందరూ ఆసుపత్రిలో ఎమర్జెన్సీలో ఉండి ఉండచ్చు."

కప్పు పక్కన బెట్టి, టాక్సీని పిలిచేందుకు ఫోన్ అందుకున్నాడు. "టాక్సీ ప్రయాణం క్షేమం! హాయిగా గుమ్మం ముందు ఎక్కి ఆసుపత్రి ముంగిట్లో దిగచ్చు. పైగా నేను నా టయోటా వేసుకెళ్ళి అది ఈ వాతావరణంలో పాడయిపోతే టో-ట్రక్‌కి పెట్టే ఖర్చుకన్నా టాక్సీకయ్యే ఖర్చే తక్కువ. ఎటొచ్చీ, టాక్సీ డ్రైవర్ హైతీ దేశంవాడయితేనే ఇబ్బంది."

హైతీ దేశస్తుల పట్ల అతనికేం వ్యతిరేకత లేదు, కానీ హైతీ డ్రైవర్లపై ఇటీవలి కాలంలో ఫిర్యాదులు చాలా ఎక్కువయ్యాయి. వాళ్ళకి ఉద్యోగాలిచ్చిన సంస్థలు వాళ్ళని తొలగించాలనుకుంటున్నాయి. దీని పట్ల మానవ హక్కుల సమితి, హైతీ అసోసియేషన్ వారు నిరసన తెలిపారు, కొంతమంది హైతీ డ్రైవర్లకి మాంట్రియల్ నగరంలోని వీధులు ఇంకా పూర్తిగా తెలియవని వాదించారు.

'మరి వీళ్ళకి డ్రైవింగ్ లైసెన్సులు ఎలా వచ్చాయి?' తనని తానే ప్రశ్నించుకున్నాడు. "నా అభిప్రాయంలో వీళ్ళు నగరానికి కొత్తగా వచ్చిన వారిని ఊరంతా తిప్పి ఎక్కువ డబ్బులు గుంజుతారు.'ఓ-పాజిటివ్' గ్రూప్ రక్తాన్నివ్వడం కోసం నేనిప్పుడు హైతీ డ్రైవర్ నడిపే టాక్సీ ఎక్కి ఆసుపత్రికి వెళ్ళేసరికి నాకే రక్తమార్పిడి చేయాల్సిన అవసరం రావచ్చు," అతను ఫోన్ పెట్టేసాడు. కానీ ఫోన్ చేయాలనే ఆలోచన మాత్రం అతన్ని వీడలేదు. ఓ టాక్సీని తప్పకుండా పిలిపించుకోవాలనుకున్నాడు. కానీ డ్రైవర్ హైతీ దేశస్తుడు అయ్యుండకూడదని మాత్రం చెప్పదలచుకోలేదు. "నాకు జాతి వివక్ష లేదు," తనకి తాను చెప్పుకున్నాడు.

'మరిప్పుడు నేనేం చేయాలి?'

అతను తన నుదురు రుద్దుకున్నాడు. ఈ మొత్తం వ్యవహారమంతా అతనికి తలనొప్పి కలిగిస్తోంది. ఒకసారిగా భార్యని గుర్తు చేసుకున్నాడు. ఆమె నిద్రపోయి అప్పుడే గంటపైనే అవుతోంది. "తను తన కొత్త హోండా కారుని గారేజ్‌లో ఉంచకపోయినట్టయితే, నేను దానిలో సెయింట్ ల్యూక్ ఆసుపత్రికి పది నిముషాలలో వెళ్ళి, రక్తం ఇచ్చేసి ఇంటికొచ్చి గాంధీ సినిమా కనీసం ఇంటర్వెల్ తరువాతి భాగమన్నా చూసుండేవాడిని" అని అనుకున్నాడు. కానీ,నిజానికి అతనికి సినిమాలు మొదటి నుంచి చూడడమే ఇష్టం.

"ఇక వీసీఆర్‌ని బాగు చేయించక తప్పదు."

ఫ్రిజ్ మీద అంటించిన పలకపై ఆ విషయం గుర్తుకోసం రాయబోతుండగా, వంటింటి గోడ వెనక నుంచి నీళ్ళు పారుతున్న చప్పుడు వినిపించింది. వెంటనే పక్క వాటాలో ఉండే ఆవిడ ఓ నర్సనే సంగతి గుర్తొచ్చింది.

"ఆవిడ నర్సు కాబట్టి, పరిస్థితి చెప్తే అర్థం అవుతుంది, తన కారుని కాసేపు ఇవ్వమంటే ఇవ్వచ్చు. కాకపోతే, ఈ సమయంలో నన్ను ఇంట్లోకి రానిస్తుందో లేదో. పైగా ఆవిడ చాలా తిక్క మనిషి." అనుకున్నాడు.

అతనికి తన ఆరోగ్యం పట్ల శ్రద్ధ ఎక్కువ (ఉదాహరణకి, అన్ని కాలాలలోను, వాతావరణం ఎలా ఉన్నా ఏ మాత్రం పట్టించుకోకుండా అతను రోజూ రాత్రి భోజనమయ్యాక సుమారుగా అరగంట సేపు నడుస్తాడు). అందుకని లిఫ్ట్ సౌకర్యం లేని ఓ నాలుగు అంతస్తుల భవనంలో పై అంతస్తులోకి మారిపోయాడు. మెట్లెక్కి దిగుతూ ఉంటే శరీరం అనుకూలంగా ఉంటుందని భార్యతో చెప్పాడు. అయితే ఈ నర్సు కూడా ఇదే కారణంతో పై అంతస్తులో ఉంటోందని అతను అనుకోవడం లేదు. ఆవిడ రోజు విడిచి రోజు తినడానికి పీజ్జా, చైనీస్, సౌవ్లాకీ, ఇలా తిండి ఆర్డరిచ్చి తెప్పించుకుంటుంది. పాపం, డెలీవరీ చేసేతను మెట్లెక్కి ఆమె గుమ్మం వద్దకి చేరేసరికి ఆయాసంతో రొప్పుతుంటాడు. పైగా ఆవిడ తలుపు తీయడానికి దాదాపుగా రెండు నిముషాల సమయం తీసుకుంటుంది. అవతల గుమ్మం దగ్గర ఓ మనిషి ఆయాసపడుతూ నిలబడి ఉంటే, రెండు నిముషాల పాటు ఆవిడ ఏం చేస్తుందో అతనికి అర్థం కాదు. ప్రతీరాత్రీ, పక్కన పడుకున్న భార్య నిద్రపోయి చాలాసేపయినా, అతనప్పుడూ ఇదే ఆలోచనలో మేల్కొనుండేవాడు. "ఎందుకో తెలుసుకోటానికి ఇప్పుడిది మంచి అవకాశం. ఎలానూ నేనూ ఆయాసపడ్డానికి ఇప్పుడు కారణం కూడా ఉంది కదా..."

ఇంతలో కింద రోడ్డు మీద సైరన్ మోగిస్తూ వెళ్ళిన ఓ అంబులెన్స్ సమయం వృథా అవుతోందని అతనికి గుర్తుచేసింది. 'బాబ్ అనుకునేటట్లుగా ఒంటరిగా ఉండే ఆడవాళ్లందరూ తల తిక్కవాళ్ళు కాదు. అలాగే కొందరు హైతీ డ్రైవర్లు మోసగాళ్ళయినంత మాత్రాన అందరు హైతీ డ్రైవర్లు వంచకులు కారు. అంతే కాకుండా, ఎయిడ్స్ క్రిమి ఆఫ్రికా నుంచి వచ్చినంత మాత్రాన అందరు నల్లవాళ్ళకి ఎయిడ్స్ సోకదు. కాబట్టి ఈ పిచ్చి ఆలోచనలన్నీ కట్టిబెట్టి టాక్సీని పిలు.'

వెంటనే ఫోనందుకుని, టాక్సీని పంపమని చెప్పడానికి నెంబర్ డయల్ చేయసాగాడు. కాని అంతలోనే ఓ క్షణం ఆగాడు. "ఇలా చేయడం వల్ల నాకు ఎయిడ్స్ సోకే ప్రమాదం లేదు కదా?" అని ప్రశ్నించుకున్నాడు. హైతీ టాక్సీ డ్రైవర్నుంచి కాదు. అతను ఎన్నో ప్రకటనలు చూసాడు, దినపత్రికలలో చదివాడు

– కేవలం స్పర్శ వలన ఎయిడ్స్ సోకదని అతనికి తెలుసు. కాకపోతే అతని బెంగంతా రక్తం తీయడానికి ఉపయోగించే సూదుల గురించే. నిధులు లేకపోవడం వలన ప్రభుత్వం బడ్జెట్‌లో ఆరోగ్యరంగానికి కేటాయింపులు బాగా తగ్గించేసింది, కొన్ని ఆసుపత్రులలో దాదాపు సగానికి పైగా గదులను మూసేసారు.

"ఆసుపత్రి వాళ్ళు సిరంజిని మళ్ళీ మళ్ళీ వాడితే నా పరిస్థితి ఏంటి? అలాంటప్పుడు నా చేతికి గుచ్చేముందుగా సిరంజిని స్టెరిలైజ్ చేయడం చాలా ముఖ్యమని నర్స్‌కి తెలిసుండాలి. కానీ ఆసుపత్రిలో నర్స్ కూడా మా పక్కింటావిడలానే తిక్కదైతే? ఒక వేళ వాళ్లు డిస్పోజబుల్ సిరంజి వాడినా, నాకు 'లీజనేర్స్ వ్యాధి' రాదనే భరోసా అయితే లేదుగా? విజ్ఞానం అభివృద్ధి పుణ్యమా అని, క్రిస్మస్ నుంచి ఈ కొత్త రోగం వల్ల మాంట్రియల్లో ఇప్పటికే ముగ్గురు చనిపోయారు."

అతను ఫోన్ పెట్టేసాడు.

"ఆవిడ చాలా మంచిది, నిజం చెప్పింది" అంటూ కొత్త సంవత్సరం వచ్చిన రోజు ఓ షాపింగ్ మాల్‌లో ఎదురైన ఓ చిన్న సంఘటనని గుర్తు చేసుకున్నాడు. ఆ రోజు తన భార్య కోసం ఎదురుచూస్తుండగా, ఓ చిన్నపిల్ల దాదాపు అరవై ఏళ్ళున్న ఓ ముసలావిడని 'సెలవు రోజున ఒంటరిగా షాపింగ్ మాల్‌లో ఎందుకు కూర్చున్నారు?' అని అడగడం అతనికి వినిపించింది.

"ఎందుకంటే, నేను పెద్దదాన్ని! మా లాంటి పెద్దవాళ్ళ బుర్రలు అత్యంత సృజనాత్మకంగా ఉంటాయి. మాకు మేమే ఎప్పటికప్పుడు సమస్యలని, శతృవులని సృష్టించుకుంటూంటాం" అందా ముసలావిడ.

"ఆవిడ చెప్పినది నిజం!" అనుకుంటూ అతను తన చేతి గడియారం కేసి చూసుకున్నాడు. "ఇంత ఆరోగ్యంగా ఉండే నేను – తథాస్తు – ఎవరికో మంచి చేయడం కోసం ఉన్నట్టుండి చావును పిలిచి తెచ్చుకోడమేనేమో ఇది! మంచికి పోయి క్రిస్మస్ కల్లానో, ఈస్టర్ వచ్చేలోపో నేనే చచ్చిపోనూ వచ్చు!"

తలూపుతూ అతను చాక్లెట్ డ్రింక్ కప్పుని అందుకున్నాడు. అతని చేయి వణుకుతోంది. కప్పుని మళ్ళీ గట్టు మీద పెట్టేసాడు.

"నేను సాయం చేయాలి." పైకే అనుకున్నాడతను. నేను యూనివర్సిటీలో చదువుతున్నప్పుడు రక్తదానం చేసాను. అప్పటి నుంచి ప్రతీ ఏడాది కెనడియన్ హార్ట్ అసోసియేషన్‌కి ఇరవై డాలర్లు, కెనడియన్ మెంటల్ హెల్త్ సొసైటీకి ఇరవై

డాలర్లు, ఆర్థరైటిస్ సొసైటీకి పది డాలర్లు విరాళంగా ఇస్తునే ఉన్నాను. ఇవి కాకుండా పదనాలుగు డాలర్ల నలభై మూడు సెంట్లు ప్రతీ వారం ప్రొవిన్షియల్ హెల్త్ ప్లాన్ కోసం కడుతున్నాను. మరి అలాంటప్పుడు – అత్యవసర పరిస్థితుల కోసం ఒక్క పైంట్ ఓ-పాజిటివ్ రక్తాన్ని కూడా నిలువ ఉంచుకోలేని బుద్ధిహీనుల అసమర్థత నా తప్పా? పైగా ఈ మంచుతుఫానులో రోడ్లమీద తిరిగి ఇలా ప్రమాదాలు తెచ్చుకునే వాళ్ళకోసం, ఇంట్లో కూర్చుని ఓ గొప్ప సినిమాని చూడకుండా నేనెందుకెళ్ళాలి?"

ఈ ఆలోచనల జడిలో అతను కొంత చాక్లెట్ డ్రింక్‌ని చేతిమీద ఒంపుకున్నాడు. వాటిని తుడుచుకుంటూ, "హాస్పిటల్‌లో ఓ-పాజిటివ్ గ్రూప్ రక్తం కోసం ఎదురుచూస్తున్న వారు కూడా నాలానే మహాత్ముడైన గాంధీ గురించిన సినిమా చూద్దామనే, ఆయన జీవితంనుంచి స్ఫూర్తి తెచ్చుకుందామనే అనుకున్నారేమో, కాకపోతే హఠాత్తుగా వాళ్ళింటికి నిప్పంటుకుని ఉండచ్చు; లేదా హాస్పిటల్‌లో పరీక్ష చేసినప్పుడు నిలవ ఉన్న ఓ-పాజిటివ్ గ్రూప్ రక్తం చెడిపోయిందని తెలిసిందేమో" అని అనుకున్నాడు.

తన నుదురు మరోసారి రుద్దుకున్నాడు. తలనొప్పి ఎక్కువైపోతోంది. బయట ఈదురుగాలి మరింత ఎక్కువయింది. భార్య మరోసారి గుర్తొచ్చింది. ఆమె ప్రతీ రోజు రాత్రి పదకొండు గంటల కల్లా నిద్రబోతుంది. వార్తలు వినదు. ప్రతీ చలికాలంలోను తన కార్‌ని గరాజ్‌లో భద్రంగా పెడుతుంది. ఆమె కంటే ముందు రోజు పొద్దున్నే నిద్ర లేచి, ఆ చలిలో బయటికెళ్ళి కారు మీద మంచు గీకి, వేడి చేసుకుని ఆఫీసుకెళ్ళాల్సింది తనే అయినా కూడా.

"వాళ్ళ నాజూకుదనం చూసి మోసపోవద్దు" అన్నాడు వాళ్ళ నాన్న అతనితో ఒకసారి. "డాక్టర్ల గదిలో వేచివున్న ఆడవాళ్ళ సంఖ్య కంటే సమాధులలో ఉన్న మగవారి సంఖ్య రెండింతలు ఉంటుంది"

"ఆయనకేం తెలుసని అలా తిట్టడానికి? ఆయన ముగ్గురు భార్యలని సమాధి చేసాడు. పుట్టిన పిల్లల గురించి ఏ మాత్రం పట్టించుకోలేదు. తన ఎనభై ఎనిమిదో ఏట గుర్రపు స్వారిలో మజా చేస్తూ, కాలు జారిపడి చనిపోయాడు. ఒకసారి తను "నాన్నా, నీ జీవిత కాలంలో రెండు ప్రపంచ యుద్ధాలు జరిగాయి, నీకేమీ పట్టినట్లు లేదా?" అని తండ్రిని అడిగితే, "నువ్వు చాలా విషయాలకి బెంగపడతావురా" అన్నాడాయన. అతనికది నిజమేననిపించింది.

"నా తోటివాళ్ళలో ఆత్మహత్యల రేటు ఎక్కువగా ఉంది తాజా గణాంకాలని గమనిస్తే, క్విబెక్‌లో ఆత్మహత్యలు చేసుకున్న వారిలో ఎనభై శాతం మంది మగాళ్ళేనని తెలుస్తుంది." అని అనుకున్నాడు.

బయట మేపుల్ చెట్టు కొమ్మలు మరింత గట్టిగా విరిగిపోయేంతగా ఊగుతున్నాయి.

"ఆ ప్రకటన బహుశా ఏ ఆత్మహత్య కేసుకో సంబంధించినదై ఉంటుంది. ఎక్కువమంది చలికాలం అయిపోయే ముందు రోజుల్లో మణికట్లు కోసుకుంటారట. ఎందుకు కోసుకోరూ? అయిదునెల్లపాటు ఈ చలినీ, ఈ పొడుగు రాత్రులనీ, ముసురు బట్టిపోయిన ఆకాశాన్ని చూసి చూసీ, చివరికి మదర్ థెరెసా అయినా సహనం పోయి కిటికీలోంచి దూకేస్తుంది. ఒత్తిడి, ఆందోళన, నిరుద్యోగం, హింస, పస్తులు, తీవ్రవాదుల దాడులు, ఆర్థిక మాంద్యం, ఆమ్ల వర్షాలు, సామూహిక హత్యాకాండ, స్టార్‌వార్స్ రక్షణ వ్యవస్థ, ఇలాంటివన్నీ పక్కన పెట్టినా ఈ చలి బాధ తప్పదు. అయితే మన ప్రియమైన వైద్య వ్యవస్థ మాత్రం - ఇంత నిరాశతో చద్దామని చూసేవారికి ఓ పైంట్ రక్తం ఎక్కిస్తే వారి జీవితం ఆనందమయం అవుతుందని భావిస్తోంది. అయ్యో రామ! వారు రక్షిద్దామని ప్రయత్నిస్తున్న వ్యక్తి బతికి బయటపడ్డాక, నన్నెందుకు బతికించారంటూ వారిని తిట్టుకోకుండా ఉంటాడా? వాళ్ళకి ఆ మాత్రం వివేకం లేదా? ఈ సారి చేయి కోసుకోడానికి ప్రయత్నించినప్పుడు మరింత జాగ్రత్తగా ఉంటాడని గ్రహించరెందుకు? కానీ పాపం మన వైద్యులు మాత్రం రోగి బాధపడుతుంటే చూడలేరు. తాము తీసుకుంటున్న ఘనమైన జీతాలకి న్యాయం చేయాలని ప్రయత్నిస్తారు లేదంటే తమ సొంత ప్రతిష్ఠని పెంచుకోవాలని చూస్తారు. ఇలాంటి అపరబ్రహ్మలకి తోడుదొంగగా నేను ఉండాలా?" అనుకున్నాడు.

హఠాత్తుగా అతని కళ్ళ ముందు ఊగిసలాడుతున్న బోడి చెట్టు కొమ్మలు - ఎక్కడో ఆఫ్రికాలోనో లేదా గాంధీ ఉపఖండంలోనో తీసిన ఓ డాక్యుమెంటరీలో, ఎముకల గూడులా ఉన్న చిన్న పిల్లాడిని అతనికి గుర్తు చేసాయి. గాంధీ గురించి ఆలోచించాడు. గత ఎనిమిది నిముషాలుగా తన ధోరణి పట్ల తనకే చిరాకు కలిగింది. గబగబా బాత్‌రూంకి పరిగెత్తాడు. రెండు ఆస్ప్రిన్ బిళ్ళలు మింగాడు. తనపై తనకి కాస్త గర్వం కలిగింది. ఫోన్ అందుకుని టాక్సీ కోసం ఫోన్ చేసాడు.

తన చిరునామా చెబుతుండగా, తను రక్తదానం చేయడానికి పనికిరాననే సంగతి అతనికి స్ఫురించింది.

అతను చివరిసారిగా రక్తదానం చేసి ఇరవై ఏళ్ళయింది. కానీ ఆ సందర్భంలో రక్తం తీసుకోడానికి ముందుగా నర్స్ అతడిని ఎన్నో ప్రశ్నలు అడగడం అతనికి గుర్తుంది. ఆమె అడిగిన మొట్టమొదటి ప్రశ్న గత ఇరవై నాలుగు గంటలలో అతనేమయినా తలనొప్పికి గానీ వేరే రకమైన మందులు గానీ వాడారా అని! ఈ ప్రశ్న ఎందుకడిగిందా అని అతను ఆలోచించాడు. అంతలో అతనికి జవాబు దొరికింది – 'రక్తదానం చేసేవారు రక్తం ఇవ్వడానికి ఇరవై నాలుగు గంటల ముందుగా ఎటువంటి మందులు గానీ ఉపయోగిస్తే, అటువంటి వారి రక్తం రోగికి పనికిరాదు.'

కోపంతో ఫోన్ పెట్టేసాడు. "నేనో మందమతిని, ఈ సంగతి ముందే ఎందుకు గుర్తు చేసుకోలేదు?" అనుకుంటూ తనని తాను తిట్టుకున్నాడు.

కాసేపయ్యాక: "ఈ ప్రకటన విన్న వాళ్ళలో 'ఓ పాజిటివ్' గ్రూప్ రక్తం ఉన్నది నేనొక్కడినే అయ్యుండనేమో."

నుదురు చిట్లించి, తన పరిచయస్తులలో ఎవరికైనా 'ఓ పాజిటివ్' గ్రూప్ రక్తం ఉందేమో గుర్తు చేసుకోడానికి ప్రయత్నించాడు. ఎవరి పేరయినా తడితే, వెంటనే సెయింట్ ల్యూక్ ఆసుపత్రికి వెళ్ళమని చెబుదామనుకున్నాడు. కానీ ఎవరూ గుర్తు రాలేదు. అతను ఆశ కోల్పోలేదు.

"ఈ ప్రకటన విన్నది నేనొక్కడినే అయ్యుండను. మాంట్రియల్లో కనీసం పది శాతం 'ఓ పాజిటివ్' గ్రూప్ రక్తం వున్నవాళ్ళయితే వారి సంఖ్య దాదాపుగా రెండు లక్షలుంటుంది. వాళ్ళలో కనీసం ఒక్క శాతం మంది రేడియో ప్రకటన విన్నా, రెండువేల మంది దాతలు దొరికినట్లే."

కాస్త ధైర్యం కలిగింది, అమ్మయ్య అంటూ నిట్టూర్చాడు. తన చాక్లెట్ డ్రింక్ కప్పుని అందుకుని హాల్లోకి నడిచాడు. టి.వి ఆన్ చేయగానే, సినిమాలో మొదటి సీన్ – గాంధీ గారి హత్య సన్నివేశం వస్తోంది.

తదుపరి సన్నివేశం – గాంధీ గారి అంత్యక్రియల దృశ్యం నడుస్తుండగా అతను తన సహోద్యోగి బాబ్‌ని తలచుకున్నాడు. వెంటనే ఓ కపటమైన నవ్వొకటి అతని పెదాలపై వెలిసింది. తను పోగొట్టుకున్న అయిదు డాలర్లను రాబట్టుకునే మార్గం – ఊహూ, అంతకంటే ఇంకా ఎక్కువే, దానికి రెట్టింపు పొందే

ఉపాయం అతనికి తట్టింది. సోమవారం ఆఫీసుకి వెళ్ళగానే బాబ్‌తో పందెం వేస్తాడు.

"బాబ్, ఓ ప్రశ్న అడుగుతాను. నువ్వు మూడు సార్లు ప్రయత్నించి సరైన జవాబు చెబితే నీకు పది డాలర్లు ఇస్తా. ప్రశ్న ఏంటంటే: పది నిముషాలలో తేలికగా, సంతృప్తికరంగా ఓ పౌండ్ బరువు తగ్గడం ఎలా?" అని అడుగుతాడు. ఈ ప్రశ్నకి జవాబు తెలియని బాబ్ నోరెళ్లబెడతాడు. అప్పుడు అతను బాబ్‌ని వెక్కిరిస్తూ, "ఓరి దద్దమ్మా, ఓ పైంట్ రక్తం దానం చేస్తే సరి" అని అంటాడు.

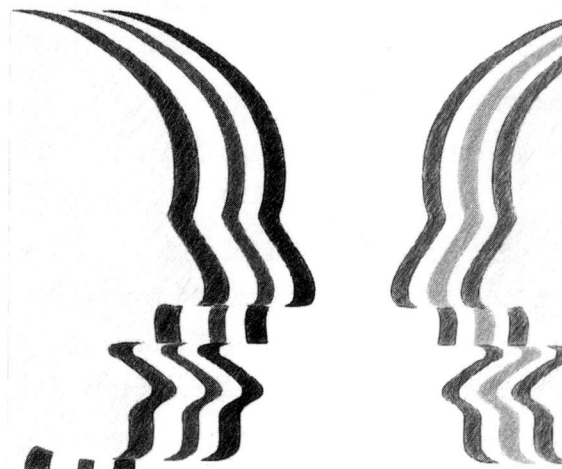

9

విద్వేషం

మూల కథని పశ్తో భాషలో పర్వీన్ జైద్ జదాహ్ మలాల్ వ్రాశారు. ఆండర్స్ విడ్‌మార్క్ ఆంగ్లంలోకి అనువదించారు.

ఆంగ్ల అనువాదం 'ది హేట్' పేరిట 'వర్డ్స్ వితవుట్ బోర్డర్స్' అనే సాహిత్య వెబ్‌సైట్ మే 2011 సంచికలో ప్రచురితమైంది.

తెలుగు అనువాదం పొద్దు వెబ్ పత్రికలో 26 జూలై 2011 నాడు ప్రచురితమైంది.

"సరిగ్గా నాలుగు కిలోలున్నాయమ్మా"

ఈ మాటలు వినగానే ఆమె పెదాలపై ఓ చిరునవ్వు వెలసింది. తన కొడుకుకేసి చూసింది.

కొట్టు యజమానింకా చెబుతునే ఉన్నాడు:

"చెల్లెమ్మా, ఇదుగో డబ్బు తీసుకో. మొత్తం ఎనిమిది రూపాయలు"

తన దుస్తుల్లోంచి ఆమె చేయి బయటకు చాచి, కొట్టతను ఇచ్చిన డబ్బులు తీసుకుంది. ఆ మిట్టమధ్యాహ్నం వేళ తన ఇంటి వైపు గబగబా అడుగులు వేయసాగింది. తను వేగంగా నడవడమే కాకుండా, తన కొడుకు చేతిని గట్టిగా పట్టుకుంది. ఆమె పట్టు ఎంత గట్టిగా ఉందంటే, కొన్ని క్షణాల తర్వాత, ఆమె కొడుకు "అమ్మా, నువ్వు నా చెయ్యిని నొక్కేస్తున్నావ్" అన్నాడు బాధగా.

"అమ్మ ఏం చేసినా నీ మంచి కోసమే చేస్తుంది. ఇదిలో నా పట్టుని కాస్త సడలిస్తున్నాను. నీకు ఇప్పుడు బాగుంటుంది" అంటూ ఆమె నిజమైన జాలితో మృదువుగా చెప్పింది.

ఆమె తన మాతృదేశాన్ని వదిలి దాదాపు ఏడాది కావస్తోంది. ఆమె ఇప్పుడు ఓ పరాయి దేశంలో రాత్రింబవళ్ళు నిరాశానిస్పృహలతో గడుపుతోంది. రోజూ లానే నేడు కూడా ఆమె, ఆమె కొడుకు పొద్దున్నే తమ శిబిరాన్ని వదిలి నగరంలోని ప్రధాన కూడళ్ళు, ఇరుకు సందులలో మధ్యాహ్నం వరకు తిరిగి పనికిరాని చెత్త కాగితాలు ఏరారు. సాయంత్రం అయ్యాక, ఓ కొట్టు దగ్గర ఆగి తాము పోగు చేసిన కాగితాలను అమ్మారు. మాములుగా ఆమెకి రోజుకి నాలుగు లేదా అయిదు రూపాయలు దొరుకుతాయి, కానీ ఈ రోజు ఎనిమిది రూపాయలు దొరికేసరికి ఆమెకి చాలా ఉత్సాహంగా ఉంది. కొన్ని సార్లు మధ్యాహ్నం పూట ఆమె ఉత్త చేతులతో నిరాశగా నిలుచుండి పోతుంది, ఎందుకంటే బలమైన గాలులు వీచడంతో కాగితాలు ఎగిరిపోతాయి. గాలి విదేశీ వాతావరణం వైపు ఆకర్షించబడినట్లే, ఆమె సంతోషం కూడా అదే దిశలో సాగుతూంటుంది.

అయితే ఈ రోజు మాత్రం ఆమె తేలికబడిన హృదయంతో తన శిబిరం వైపు నడిచింది. ఇంటికి వెళ్ళే దారిలో ఓ బ్రెడ్ పాకెట్, కొంత టీ పొడి, కొంత చక్కెర కొనుక్కుంది. చేతిలో చూసుకుంటే ఇంకా రెండు రూపాయలున్నాయి. మట్టి రంగు, నల్లరంగు గుడ్డలతో తయారు చేసిన గుడారాల వరుసలను దాటుతూ తన గుడారానికి చేరుకుంది. గుమ్మం దగ్గర అడ్డంగా కప్పి ఉంచిన పాత నల్ల

రగ్గుని తొలగించి లోపలికి ప్రవేశించగానే, ప్రార్థన సమయాన్ని సూచిస్తూ గంట మ్రోగింది. చేతులు కాళ్ళు కడుక్కుని ప్రార్థన ముగించింది. దీపం వెలిగిద్దామని హరికేన్ లాంతరుని పైకెత్తగానే, అందులో నూనె లేదని గ్రహించింది. కొడుకు వైపు తిరిగి, "బాబూ, దీపానికి నూనె లేదు. ఇదుగో ఈ డబ్బు, సీసా తీసుకుని వెళ్ళి కాస్త నూనె కొనుక్కురావా?" అని అంది.

"కానీ అమ్మా..." అంటూ ఆ పిల్లాడు ఇంకేదో చెప్పబోయాడు.

"వెళ్ళు నాన్నా, దారిలో మిగతా పిల్లలతో కలిసి ఆటలలో పడి, అసలు విషయం మర్చిపోకేం. త్వరగా, కొంచెం సేపయితే చీకటి పడుతుంది."

తర్వాత పొయ్యి వెలిగించడానికి కూర్చుంది. నిప్పు రాజుకుంది, మంటలు మెల్లిమెల్లిగా పెద్దదవుతున్నాయి. ఆమె మనసులో ఆలోచనలు ముసురుకున్నాయి. జ్ఞాపకాలు పీడకలల్లా చుట్టుముట్టాయి. కళ్ళలోంచి నీరు జలాజలా కారాయి. నిప్పు సెగలు తమ నాలుకలతో గాలిని స్పృశిస్తూ; ప్రవాసం, వలస వలన గాయపడిన ఆమె హృదయాన్ని మరింత మండిస్తున్నాయి. తన స్వదేశానికి వెళ్ళిపోతే బాగుండని ఆమె ఆలోచించసాగింది.

రాత్రింబవళ్ళు ఆ చీకటి గుడారంలో కూర్చున్నప్పుడల్లా ఆమెకి తన భవిష్యత్తు అనిశ్చితి పట్ల బెంగ. ఆమె గతాన్ని గుర్తు చేసుకుంటుంది, గతమంటే మరీ చాలా కాలం క్రితం సంగతి కాదు, ఓ ఏడాది క్రితం సంగతే. అప్పట్లో ఆమెకన్నీ ఉండేవి; ప్రేమించే భర్త, ఇల్లు, మన్ననతో కూడిన బాధ్యతలు, అన్నింటికంటే ముఖ్యంగా తన సొంత దేశం. అయితే ఇప్పుడివేవి లేవు, కొడుకు తప్ప. మిగతా బంధువులు ఏమయ్యారో, ఎక్కడున్నారో, అసలు జీవించి ఉన్నారో లేదో కూడా ఆమెకి తెలియదు. ఆమెని బాధించే అంశమేంటంటే తన కొడుకు విద్యాభ్యాసం సరిగా సాగకపోవడం. తన దేశంలో సొంత ఊరిలో తను ప్రాథమిక పాఠశాలలో ఉపాధ్యాయురాలిగా పనిచేసిన రోజులు గుర్తొచ్చాయి. ఆమె పది మంది పిల్లలున్న తరగతికి పాఠాలు చెప్పేది, ఇప్పుడు ఆమె కొడుకేమో నిరక్ష్యరాశ్యుడు. బిడ్డకి చదువు నేర్పడానికి అప్పుడప్పుడు ప్రయత్నించింది, కాని సాగలేదు. కొడుకుని మంచి బడిలో చదివించాలనేది ఆమె ప్రగాఢమైన కోరిక, బహుశా అది తీరేది కాదేమో ! తన సొంతూరిలోని బడిపిల్లలను గుర్తు చేసుకోడంతో ఆమెకి వ్యాకులత కొంత తగ్గింది. ఈ విచారం ఇతర బాధలను మరిపించింది. పిల్లాడితో కలిసి కాస్త ఎంగిలి పడగానే, నిద్ర ముంచుకొచ్చింది, ఆమె కలల్లోకి జారుకుంది.

తెల్లారింది. ప్రతీ రోజూ లానే కొడుకుతో కలిసి బయటకి రాగానే ఆమెని చల్లటి గాలి పలకరించింది. ఆకాశంలో మేఘాలు గర్జిస్తున్నాయి. కొన్ని వాన చినుకులు నేల మీద పడ్డాయి. మబ్బులు కమ్ముకుంటుంటే ఆమెలో ఆందోళన అధికమవుతోంది. వర్షం కురిసే రోజులలో వాళ్లు ఎక్కువ దూరం వెళ్ళలేరు, ఎందుకంటే ఏరుకున్న కాగితాలు తడిసిపోయే ప్రమాదం ఉంటుంది. ప్రధాన కూడలి వైపు గబగబా నడిచారు. అక్కడికి చేరుకుంటూనే వాన పెద్దదైంది. మూసి ఉన్న ఓ కొట్టు ముందు తడవకుండా నిలుచున్నారు; కొడుకు తల్లిని గట్టిగా హత్తుకుపోయాడు. వర్షం తగ్గడం కోసం ఎదురుచూస్తున్నారు. ఒక గంట తర్వాత వాన వెలసింది. వాళ్ళిద్దరూ నగరంలోని ప్రధాన వీధులలోకి, ఇరుకు సందులలో మధ్యాహ్నం వరకు తెగ వెదికారు, ఎక్కడైనా పొడి కాగితాలు దొరుకుతాయేమోనని. కాని దురదృష్టం... ఎక్కడా పొడి కాగితాలే దొరకలేదు. వాళ్ళకా పూట భోజనం లేనట్టే, ఎందుకంటే నిన్నటి డబ్బంతా ఖర్చయిపోయింది. కొంతసేపయ్యాక, ఆమె కొడుకుకి ఆకలి వేయసాగింది. ఈ ఏడాది ఆమె, ఆమె కొడుకు ఎన్నో మధ్యాహ్నాలు భోజనం లేకుండా గడిపారు, చాలా ఆశ్చర్యంగా ఉందామెకి. చాలా మటుకు క్రితం నిన్నటి రోజు సంపాదించిన డబ్బు ఈరోజుకి ఉండదు, పొద్దున్నెప్పుడో తాగిన ఓ కప్పుడు టీ తో ఆమె కొడుకు మధ్యాహ్నం దాక సర్దుకోవాలి. ఒక్కోసారి సాయంత్రం దాక కూడా. ఏరిన కాగితాలను అమ్మి డబ్బు తీసుకుని ఇంటికి వెళ్ళి కాస్త ఎంగిలి పడేదాక. కొడుకుని దీనికి అలవాటు చేసిందామె.

కానీ ఈ మధ్య కాలంలో పిల్లాడు చాలా చికాకు పెడుతున్నాడు, ఈ పద్ధతిని వ్యతిరేకిస్తున్నాడు. ఆకలేస్తోందంటూ మాటిమాటికి ఫిర్యాదు చేస్తున్నాడు. బిడ్డని ఓదార్చడానికి, వివరించడానికి ఆమె చాలా ప్రయత్నించింది. కానీ ఫలితం లేకపోయింది. ఏం చేయాలో ఆమెకి అర్థం కావడం లేదు. ఎవరి సాయం అర్థించాలి? ఏ కొట్టు దగ్గర ఆగాలి? దారిన పోయే వారిలో ఎవరిని బ్రతిమాలాలి? ఈ పనులు చేయాలంటే చాలా ధైర్యం కావాలి, అత్యంత ధైర్యవంతులు కూడా ఈ పనికి వెనుకంజ వేస్తారేమో? కలలో సైతం ఊహించలేని ఈ పనిని నిజ జీవితంలో ఆమె ఎలా చేయగలుగుతుంది?

అయితే ఆమె కొడుకు మొండిగా మారాడు. ఇక తప్పదనుకుంది. రెండు మూడు సార్లు ఓ కొట్టుని ఎంచుకుంది, దారినపోతున్న వారిలో కొందరికేసి చూసింది. కానీ ఎవరినీ ఏమీ అడగలేకపోయింది. అదే క్షణంలో ఆమెకి మరో

ఆలోచన తట్టింది. తనకి తానే చెప్పుకుంటున్నట్లుగా... "ఎవరి ఇంటి తలుపైనా కొట్టడానికి నేను ధైర్యం చేస్తే చాలు...." ఈ ఆలోచన ఉత్తమం అని ఆమెకి అనిపించింది, ఎందుకంటే సాధారణంగా తలుపు తీసేది ఆడవాళ్ళే అయ్యుంటారు.

చివరికి కాస్త ధైర్యం చేసి దగ్గర్లోని ఓ ఇంటి ముందు ఆగింది. ఆమె చేతులు వణుకుతున్నాయి, శరీరమంతా చెమటతో తడిసి ముద్దయింది. తలుపు తట్టాలా వద్దా అనే సంశయంలో ఉందామె. ఆమె హృదయం ద్వైదీభావంతో నిండిపోయింది - ఒక వైపు తల్లి ప్రేమ, పిల్లాడి పట్ల ఆపేక్ష, మరో వైపు లజ్జ, భయం! అంతా తికమకగా ఉందామెకు. తన గుండెచప్పుడు ఆమెకి స్పష్టంగా వినిపిస్తోంది. ఆమె గొంతెండిపోతోంది. చివరికి, ధైర్యాన్ని కూడగట్టుకుని గడియతో తలుపు చప్పుడు చేసింది. కొన్ని క్షణాల తర్వాత ఓ ముసలావిడ తలుపు తీసింది.

వణుకుతున్న గొంతుతో ముసలావిడతో చెప్పిందామె...."మా అబ్బాయికి బాగా ఆకలేస్తోంది, నా దగ్గర డబ్బు లేదు...దయచేసి కాస్త......"

ఆమె మాటలింకా పూర్తి కాలేదు, ముసలావిడ వెనక్కి తిరిగింది. లోపలికి వెడుతుంటే...... "దానికేం భాగ్యం, ఇది మీ ఇల్లే అనుకో..." అన్న ఆవిడ మాటలు వినిపించాయి.

సగం తెరిచి ఉన్న తలుపులోంచి ముసలావిడ ఒక చేత్తో ఏదో పాత్రని, మరో చేత్తో కొన్ని రొట్టె ముక్కలని తీసుకుని రావడం ఆమెకి కనిపిస్తోంది. అదే సమయంలో ఇంటి లోపలి నుంచి ఓ యువతి హెచ్చు స్వరంలో మాట్లాడడం వినపడింది.

"అమ్మా, ఇలాంటివేవయినా ఉంటే కుక్కలకి వెయ్యి, అంతే కానీ కాబులీలకు మాత్రం ఇవ్వద్దని నీకు చాలాసార్లు చెప్పాను."

ఆ మాటలేవీ పట్టించుకోకుండా ముసలావిడ తలుపు దగ్గరికి వచ్చేసరికి, గుమ్మం ముందు ఎవరూ లేరు. తల్లీ కొడుకులు అక్కడ్నించి వెళ్ళిపోయారు. సగం తెరిచి ఉన్న తలుపుని తోసుకుని ముసలావిడ వీధికిరువైపులా చూసింది. అప్పటికే తల్లీకొడుకులు సందు చివర్లో ఉన్నారు.

10

మృత్యువు ముంగిట మౌనం

'వర్డ్స్ వితవుట్ బోర్డర్స్' అనే సాహిత్య వెబ్‌సైట్‌లో మూలకథ ఏప్రిల్ 2013 సంచికలో ప్రచురితమైంది. మూల కథని అరబిక్‌లో ఆలీ బాదర్ రాసారు. 'ద వైట్ సోల్జర్స్' అనే పేరుతో అమీర్ మూసావి ఆంగ్లంలోకి అనువదించారు.

ఈ కథ ప్రజాసాహితి మాసపత్రిక డిసెంబర్ 2013 సంచికలో ప్రచురితమైంది.

గోతిలోని బురద మా తొడల వరకూ వస్తోంది. వర్షం రెండు రోజుల నుంచి ఏకధాటిగా కురుస్తోంది. ఏ మాత్రం కనికరం లేనట్టు కుండపోతగా వాన కురిపిస్తోంది ఆకాశం. ఈ ప్రాంతమంతా నీటిలో మునిగి, చీదర కలిగిస్తూ, ఓ పీడకలలా తోస్తోంది. ఓ పదిరోజుల క్రితం వరకు అంటే మేమీ పోరాటంలో చేరకముందు వరకు అమరా నగరం నుంచి తమపై జరుగుతున్న దాడులను తిప్పి కొట్టడంలో నిమగ్నమై ఉన్నారు మా సైనికులు. అమరా నగరం నుంచి భారీసంఖ్యలో ఇరాన్ సైనికులు ఈ ప్రాంతం వైపు - చిన్న చిన్న బృందాలుగా - వస్తున్నారు.

ఖాకీ యూనిఫాం ధరించిన వేలాదిమంది సైనికులం, మేమంతా హెల్మెట్లు ధరించి, ఆయుధాలు చేతపట్టి జడివానలో పలు స్థానాల్లో రకరకల భంగిమలో సిద్ధమయ్యాము. మా ముందు చిన్న చిన్న ఇసుక బస్తాలు ఉన్నాయి. అవి వర్షానికి తడిసి, నీటిలోనూ, బురదలోను మునిగి ఉన్నాయి. మేమిప్పుడు అజీర్దా సరిహద్దులలో తూర్పుదిశలో ఉన్న చిత్తడి నేలలని, అమరా నగరపు తూర్పు భాగాన్ని విడదీసే భూభాగంలో లోతుగా తవ్విన గోతులలో ఉన్నాం.

నిజానికి, మూడు నెలల క్రితమే నేను యుద్ధరంగంలో ఉన్నాను. కానీ, అసలైన యుద్ధంలో పాల్గొనలేదు. వెనుక ఉండి, సరఫరాలు చూడడం నా పని. గాయపడి, స్ట్రెచర్లపై మోసుకురాబడిన సైనికులని, చనిపోయిన అధికారులని నిశ్శబ్దంగా చూస్తుండేవాడిని. వారి అంత్యక్రియలు జరుగుతున్నా, నేను దూరం నుంచే చూస్తుండేవాడిని. ఎప్పుడూ దగ్గరికి వెళ్ళేవాడిని కాను. సరఫరాలను తీసుకు వెళ్ళే ఆర్మీ ట్రక్కులు ఒకే బారులో వెళ్ళడాన్ని, సైనిక గుడారాలకు రక్షణగా ఉన్న సిమెంట్ దిమ్మలపై శత్రువుల ఫిరంగి గుళ్ళు పడడాన్ని సుదీర్ఘ కాలం పాటు మౌనంగా గమనించేవాడిని.

నగరం మాకు దూరంగా, బహిష్కరణకు గురైనట్లుగా, సరిహద్దులోకి విసిరేసినట్లుగా విచారంగా ఉంది. వీధులలోకి వచ్చీ పోతున్న ట్రక్కుల బురద నుంచి జనాలను కాపాడడానికా అన్నట్లుగా నగరం పూర్తిగా, ఘోరంగా నిర్జనమై ఉంది. గాయపడి, నిస్సహాయంగా స్ట్రెచర్లపై గుట్టలుగా తీసుకురాబడిన క్షతగాత్రులను, వారి వెంటే తెల్ల దుస్తులలో నర్సులను - ఇదే స్థలంలో, రెండు రోజుల క్రితం - ఓ సాక్షిలా గమనించాను. వారు ఫీల్డ్ క్లినిక్‌లో నడుస్తున్నారు. ఫీల్డ్ క్లినిక్ అంటే, యుద్ధరంగంలో సైనికులకు అందుబాటులో ఉండే మొబైల్

హాస్పిటల్. అక్కడ ఒకదానిపై ఒకటి పేర్చిన శవపేటికలు ఎన్నో ఉన్నాయి. ఓ పాతబడిన తోట దగ్గర ఆగి సిగరెట్ వెలిగించాను. ఒకదానినొకటి అల్లుకుని, బ్రహ్మాండమైన ఎత్తుకి ఎదిగి, చీకట్లను తాకుతూ, చుట్టూ మందంగా ముసురుకున్న ఈగలతో నిండిన చెట్ల చాటు నుంచి అంత్యక్రియలను విషాదంతో గమనించసాగాను. శిబిరం ఇనుప కంచెలను దాటి రోతగావుండే దుస్తులతో అప్పటికప్పుడు బయటకి వెడతారు సైనికులు బారులు తీరి. వారిలో కొందరు కొన్ని గంటల్లోనే శవాలై తిరిగొచ్చేస్తారు. ఈ శవపేటికల్లోకి చేరుతారు. ఈ దృశ్యం పీడకలని సంపూర్ణం చేస్తుంది.

నాకు పిలుపు వచ్చిన రోజది. నల్లటి కోరమీసం, తీక్షణమైన చూపులతో కుర్ర ఆఫీసర్ కరుకుగా కనిపిస్తున్నాడు. మేజాపై పరిచిన ఓ మ్యాప్‌ని పరిశీలించడంలో తీరిక లేనంతగా నిమగ్నమైపోయాడు. వెగటు కలిగించే అతని హావభావాలను నేను పట్టించుకోలేదు. కాస్త తిట్టుకున్నాను కూడా. అతను కావాలని నావైపు ఎందుకంత తృణీకార భావంతో చూసాడో అర్థం కాలేదు. అతని మోటు వాలకం, ఎందుకనో పొగరుబోతుతనాన్ని, సమర్థించుకోలేని ఆగ్రహాన్ని కలిగిస్తోంది. ఇక్కడ ఈ యుద్ధభూమిలో ఇటువంటి భావాలని మళ్ళీ మళ్ళీ ఎదుర్కోవాల్సి వస్తుందని నాకు తెలుసు.

ఆసుపత్రికి దగ్గరగా ఉన్న రిజర్వ్ క్యాంప్‌లో నన్ను చేరమని ఆజ్ఞాపించాడు....

నా సంచిని వీపు మీద వేసుకొని భుజానికి తుపాకి తగిలించుకుని, హెడ్‌క్వార్టర్స్ పక్కన ఆగి ఉన్న ట్రక్ వైపు నడిచాను. ట్రక్‌లో ఓ మూలగా ఉన్న ఇనుప మంచం మీద కుడి చివరగా కూలబడ్డాను. మోకాళ్ళు ఛాతిని గట్టిగా నొక్కేలా కూర్చున్నాను. ఇరవై మందికి పైగా ఉన్న సైనికులతో కిక్కిరిసి ఉంది ట్రక్, మేము ఒకరినొకరం అన్యమనస్కంగా మౌనంగా చూసుకుంటున్నాం.

మా ట్రక్కులు సైనిక శిబిరాలనూ, యుద్ధరంగాన్ని కలిపే సుదూర మార్గంలో నడుస్తున్నాయి. దారిపొడవునా భయానికి గాంభీర్యం ముసుగువేసుకున్న ఎన్నో సైనిక శిబిరాలను; తమ పటాలాలను, దళాలను సూచించే జండాలను పట్టుకున్న సైనికులను; దారుణమైన విస్ఫోటనాల ఆనవాళ్ళను దాటాయి. క్షతగాత్రులతో పూర్తిగా నిండి ఉన్న అంబులెన్సులు గట్టిగా కూతలు చేస్తూ ఒకదాని తర్వాత

మరొకటి దూసుకుపోడాన్ని; సప్లయి ట్రక్కులు నిరంతరంగా సాగడాన్ని మేము చూసాము. మిలిటరీ మార్గాని కిరువైపులా క్షతగాత్రులతో నిండి ఉన్న సైనిక కేంద్రాలున్నాయి, గాయపడ్డ సైనికుల తలలకు బ్యాండేజి కట్టబడి ఉంది, కొంతమంది విరిగిన చేతులకు సిమెంటు కట్లతో, మరికొందరు కాళ్ళకి ఊతకర్రలతో ఉన్నారు. ఊర్లన్నీ ఫిరంగి దాడులకు గుర్తై భీకరంగా కనపడుతున్నాయి. శిబిరాల కంచెలు బురదతో నిండి, మంచుతో గడ్డకట్టాయి.

మేమెవ్వరం – ట్రక్‌లో ఉన్న సైనికులం – ఒక్కరం కూడా చిన్న మాట కూడా మాట్లాడలేదు. జీవితపు ఈ చివరి క్షణాలలో మేమంతా నిశ్శబ్దంగా ఉన్నాం. మాలో ప్రతీ ఒక్కరిని కమ్ముకుంటున్న మృత్యువు సమక్షాన్ని వర్ణించడానికి మా ఈ మౌనం చాలు. దారిలో మాకు ఎదురవుతున్న నిర్జన నగరాలలో మేము చూసిన వాటిని దృఢపరచేందుకు ఈ నీరవత చాలు. శిథిలాలు, రక్తం, బూడిద, పొగ – ఈ దృశ్యాల తరువాత – శూన్యం. నిశ్శబ్దం తప్ప మరేమీ లేదు. వర్షం కురుస్తున్న ఆ మధ్యాహ్నం, అనారోగ్యకర వాతావరణంలో మేమంతా అవసానకాలంలోకి సాగుతున్నాం.

ఇటీవలి భీకర యుద్ధంలో కీలక స్థానంలోని మొత్తం పటాలాలకి పటాలాలే తుడిచిపెట్టుకుపోయాయి. వారి స్థానంలో మమ్మల్ని పంపుతున్నారు. అందుకే మా శిబిరాలకి పై వాళ్ళు "రీప్లేస్‌మెంట్ సెంటర్" అని పేరు పెట్టారు.

"భర్తీ కేంద్రం" అని సైనికులు దాని గురించి తెలియని వాళ్ళకి చెబుతూంటారు. విశాలమైన స్థలంలో 'వెనుక దండు', సప్లయి డిపోలు ఉండే ఆ ప్రాంతం చుట్టూ ఇనుపకంచె ఉంటుంది. ఇక్కడికి రావడం అంటే జీవితపు తుదిఘట్టానికి ఆరంభమే. చంపడం కొనసాగుతునే ఉంది కాబట్టి, సైనికుల భర్తీ కూడా కొనసాగుతునే ఉంది. నిరంతరంగా ముందుకు సాగుతున్నది – మృత్యువు ఒక్కటే – జీవితాలని కబళిస్తూ. మీరో నష్టాన్ని భర్తీ చేస్తారు, అదే సమయంలో మీకూ తెలుస్తుంది.... మీ మరణం ఆసన్నమైందని. మీ స్థానాన్ని భర్తీ చేయడానికి మరెందరో సిద్ధంగా ఉంటారు. బ్రతుకు మీద ఆశ గురించి తప్పితే, మీరు ఇంక దేని గురించి ఆలోచించరు.... అది నెరవేర్చుకోలేని ఆశ. ఓ కాన్సర్ రోగి తన జబ్బు హఠాత్తుగా విషమించాక, చనిపోతాననే ఆలోచనని భరించినట్లే, బాధాపూరిత క్షణాలలో మీరు మరణాన్ని ఆహ్వానించడానికి సన్నద్ధమవుతారు.

యుద్ధసమయంలో ఆలోచనలు బ్రతుకు గురించి కాక, చావు గురించే ఉంటాయి, అందులో అనుమానం ఏమీ అక్కర్లేదు. యుద్ధం తీవ్రదశలో ఉన్నప్పుడు ఈ రెండు ఆలోచనలూ ఒకదానిలా మరోటి మారుతాయి, మీరు పూర్తిగా తికమకకి గురవుతారు. అయినప్పటికీ, మీరు బ్రతుకు వైపే మొగ్గుతారు. మరణం అనివార్యమైనప్పుడు మీరు జీవితాన్ని లోతుగా అర్థం చేసుకుంటారు.

శవాలు, ధూళి, ఆయుధాల మధ్య ఇక్కడ నేనేం చెయ్యాలి?

దూరం నుంచి చూస్తే, జీవితం అంటే పొడిగించబడిన క్షణాలే అని అనిపిస్తుందని మీకు మీరు చెప్పుకుంటారు.

మీరు చావుని సందేహిస్తారు గానీ, జీవితాన్ని ఎన్నడూ సంశయించరు. అయితే ఆ విషయం మీకిప్పుడే తెలిసిందని అనుకుంటారు. జీవితానికి అసలైన అర్థం - అవమానకరమైన కదనరంగంలో నిలబడి ఉన్నప్పుడు - భయంకరమైన ఊచకోతల ఎదురుగా - సైనికుల క్షణికమైన చిరునవ్వుల ముందు - గ్రహించడం విచారకరమైన సంగతి కదూ.

రెండు రోజుల నడక తర్వాత నేను యుద్ధరంగంలో ప్రవేశించాను. నా ఖాకీ చొక్కా పూర్తిగా తడిసి ముద్దయింది. వర్షం కుండపోతగా కురుస్తునే ఉంది, వాన చినుకులు నా ముఖం మీద నుంచి గడ్డం వైపు కారుతున్నాయి. సౌకర్యంగా కవాతు చేయవీలులేనంతగా బురద నా బూట్లకి అంటుకుపోయింది. నేను బక్కపలచగా ఉండే ఇరవై మూడేళ్ళ యువకుడిని. ఓ ఏడాది క్రితమే యూనివర్సిటీ నుంచి పట్టా పొందాను. మునుపెన్నడూ నేను యుద్ధాలలో పాల్గొనలేదు. అసలు నాకు నిజమైన యుద్ధం అంటేనే తెలియదు. యుద్ధాల గురించి నాకు తెలిసిందల్లా - హెమింగ్వే, రమార్క్, టాల్‌స్టాయ్‌ల నవలలో చదివిన విషయాలే.

చదవడం అంతే నాకెంత ఇష్టం. అందుకే మా అమ్మ నా మిలిటరీ యూనిఫాం చొక్కా లోపలి వైపు పెద్ద జేబు కుట్టింది. అందులో సులభంగా రెండు మూడు పుస్తకాలు పెట్టుకుని, నా వెంట తీసుకువెళ్ళచ్చు. ఖాళీ సమయాలలో, మిగతా సైనికులకి దూరంగా కూర్చుని పుస్తకాలలో మునిగిపోతాను. వేరే కాలంలో, ఇతర ప్రాంతంలో ఉన్నట్లు; అసలు మరో ప్రపంచంలో జీవిస్తున్నట్లుగా నేను పదాలలో లీనమైపోతాను.

చదువొక్కటే నిజమైన ప్రత్యేక అధికారం. ఈ ప్రపంచం లోంచి మరో

లోకంలోకి పారిపోవడానికి చదువు ఓ మార్గం. దాదాపుగా ప్రతీ గంటకి, ఫిరంగి గుళ్ళు తీవ్రంగా పడుతున్నా, అంతులేని దాడులు జరుగుతున్నా - చదువుకోడం ద్వారా - వాటి నుంచి నేను తప్పించుకుంటాను. ఓ పుస్తకంలోని ఘటనలను ఆపకుండా వేగంగా చదివేస్తాను, సాహిత్యం పట్ల నా అభిమానానికున్న బలమే నా ఆయుధమవుతుంది. వాస్తవ సమయానికి, నిజ స్థలానికి తిరిగిరాకుండా చేస్తుంది.

యాతనతోనూ, నొప్పితోనూ బాధ పడుతున్న అమ్మమ్మని చూడడం ఇష్టంలేక, తన గదిలో ఏకాంతంగా ఉండిపోయి, పుస్తకాలలో లీనమైపోయిన ప్రూస్ట్ (Proust) తెలివైనవాడేనా అని నేనెప్పుడూ ఆలోచిస్తూంటాను.

రణరంగం నుంచి మా వైపు వచ్చే శవాల కుళ్ళు కంపుకి దూరంగా, మా శరీరంలో లోపలికి చొచ్చుకుపోయి మాకు వాంతులు కలిగించే గన్‌పౌడర్‌కి దూరంగా (నా లోపలి భాగంలో వణుకుని కలిగిస్తూ వాంతులవడం నాకిప్పుడు మామూలే) - నేను రహస్యంగా ఏకాంతంలో కూర్చుని చదువుకుంటూంటాను. ఇలా చదువుకోడం ప్రశాంతతకి భరోసానిస్తుంది. దూరాన ఉన్న లిల్లీ పువ్వు సుగంధంలా, లేదా ఆల్కాహాల్ మిశ్రమంతో రుద్దబడిన నా లైబ్రరీ అలమార వాసనలా, లేదా నీట మునిగిన రాతి ఇంటి వాసనలా ఉండే నా పుస్తకపు పరిమళాన్ని నేను ఆస్వాదిస్తాను.

నేను ప్రస్తుతం జీవిస్తున్న హీనమైన ప్రపంచానికి లొంగిపోవాల్సి రావడానికి సరైన ప్రత్యామ్నాయం పఠనం మాత్రమే. దౌర్భాగ్యమైన, దురవస్థతో నిండిన జీవితం నుంచి తప్పించుకోడానికి ఇదొక మైమరపు. మానసిక అలజడిని తప్పించగలిగే ఓ సంతృప్తి. నేను - విగత జీవుల మధ్య, లేదా తాత్కాలికంగా మృత్యువు వాయిదా పడిన వారి మధ్య, చనిపోయేదాక - ఉండక తప్పదు నాకు. అయినప్పటికీ, రాతిగోడల నుంచి మొలకెత్తి పెరుగుతున్న అడవిజాతి జల్లూరు చెట్టులా (Wild Apricot Tree) కూర్చోవాలనుకుంటాను.

మిలిటరీ వాహనం దిగి పై అధికారికి శాల్యూట్ చేశాను. వెలుతురు తక్కువగా ఉన్న ఓ ఫైటింగ్ పొజీషన్‌లో ఉండాల్సిందిగా అతను నన్ను ఆజ్ఞాపించాడు. పేలుళ్ళ చప్పుళ్ళు, క్షణక్షణానికి మారుతూ విస్తృతమవుతున్న ప్రతిబింబాల మధ్య, దృశ్యం క్రమంగా మసకబారుతోంది. నాకేదీ కనిపించడం

లేదు. ఉన్నదంతా పాలిపోయిన చీకటి, భారీవర్షం కారణంగా తడిసి ముద్దయిన రాత్రి. బలమైన మెరుపులు, ఉరుముల రోజున వర్షం ఆగదు. అన్నీ నీళ్ళే. గుమ్మం వద్ద కాపలాగా తుపాకి పట్టుకుని ఉన్న సైనికుడి ముందున్న ఇసుకబస్తా, ఇంకా మేము చేసుకున్న పలకరింపులు నీటితో నిండిపోయాయి. నుదుటి పై నుంచి గడ్డం మీదకి జారుతున్న వాన చినుకుల వల్ల మా మాటలు నీటి ముద్దలయ్యాయి.

ఓ చేతిలో తుపాకీతో నేను మెల్లిగా శిబిరంలోకి నడిచాను. నా ఇనుప హెల్మెట్ కొద్దిగా పక్కకి జరిగింది. దాన్ని సవరించుకోవాలని నేను అనుకోలేదు. ఎందుకంటే, నా భుజాన ఉన్న సంచీ నాకు భారమైపోతోంది. బురదతో బరువెక్కిపోతున్న బూట్ల వల్ల నా అడుగులు తడబడుతున్నాయి. ప్రతీ నిముషమూ నేను నా చొక్కాలోపల మా అమ్మ కుట్టిన జేబును తడుముకుంటున్నాను. అందులో ఉన్న పుస్తకాలను తడవకుండా భద్రంగా ఉంచాలని ప్రయత్నిస్తునే ఉన్నాను. నా వాలకం అందరికీ నవ్వు తెప్పిస్తుందని తెలుసు, దాని పట్ల నాకు సిగ్గుగానే ఉంది.

ఒకప్పుడు నేను తరచూ నా భౌతిక రూపానికి అత్యంత ప్రాధాన్యతనిచ్చేవాడిని. నా వయసు వల్ల, నా పెంపకం వల్ల నేను అటువంటి సారహీన విషయాలకి లొంగిపోయాను. అయితే పై అధికారుల చిరునవ్వులు, కాపలా సైనికుల స్నేహపూర్వక పలకరింపులూ నా దిగులుని కాస్త తగ్గించాయి. వాళ్ళ దుస్తులు కూడా మురికిగా ఉన్నాయి, నీరు కారుతున్నాయి. వారి హెల్మెట్ల నుంచి నీటి చుక్కలు బొట్టు బొట్టుగా రాలుతున్నాయి, వారి ముఖాలు నానిపోయాయి. ఇంత బీభత్సమైన యుద్ధ సమయంలో కూడా నేను మర్చిపోలేని రీతిలో వాళ్ళు నన్ను అంత చిరునవ్వుతో ఎలా పలకరించారో నాకు ఆశ్చర్యంగా ఉంటుంది.

నా చుట్టుపక్కలా చూసాను. ఓ చిన్న లాంతరు దగ్గర మసక వెలుతురులో ఎవరో చేతిలో పుస్తకంతో కనపడ్డారు. అది నాకెంతో ఉత్సాహాన్ని కలిగించింది.

కార్పోరల్ లాంతరు దగ్గరికి వచ్చి, దాన్ని దీపాన్ని మరింత పెంచాడు. సిగరెట్ వెలిగించుకుని, గాలిలోకి పొగలు ఊదసాగాడు.

ఇంకో వ్యక్తి కుడివైపు మూలగా, కొద్దిగా దూరంగా కూర్చుని ఉన్నాడు. అతను మోకాళ్ళ మీద కూర్చుని చేతిలోని తుపాకీకి నూనె రాస్తున్నాడు. ఈ శిబిరం యుద్ధసామాగ్రి, ఆయుధాలు, పుస్తకాలు, కాగితాలతో నిండి ఉంది.

కొంతమంది సైనికులు గోడకి ఆనుకుని నిద్రపోతున్నారు. వాళ్ళకి దుప్పట్లు కప్పి ఉన్నాయి. నేను వాళ్ళ కేసి చూసాను. వాళ్ళ మోకాళ్ళు ఛాతిని తాకుతున్నాయి, చేతులు, వీపులు, భుజాలు, గోడకి ఆనుకుని ఉన్నాయి. మరో వైపు నేను అలసిపోయి ఉన్నాను, భయపడుతున్నాను, నాకంతా తికమకగా ఉంది. ఈ రోజు దాడి జరుగుతుందా?

"లేదు. బహుశా రేపు జరగొచ్చు.." వాళ్ళలో ఎవరో అన్నారు.

కాస్త సిగ్గు పడుతూ, కార్పోరల్ కేసి చూసాను. గోడకి ఆనుకుని నిద్రిస్తున్న సైనికుల పక్కన నేను పడుకోవచ్చా అని అడిగాను. నేనెంతో అలసిపోయాను, బాగా తడిసిపోయాను. కాస్తంత కునుకు తీయాల్సిందే. వాళ్ళకేసి నేను వేలు చూపించినప్పుడు కార్పోరల్ కాస్త తికమక పడ్డాడు.

నాకేసి పరీక్షగా చూసి, ఒప్పుకుంటునట్లుగా తలూపాడు.

కనీసం ఓ చిరునవ్వైనా లేకుండా అతను అనుమతించాడు. నేను అక్కడున్న సైనికుల కళ్ళలోకి చూసినప్పుడు, వారు ఒకరినొకరు చూసుకున్నప్పుడు ఆ కళ్ళలో వ్యక్తమైన భావాలను గ్రహించకుండా నేను వెంటనే నా భుజం మీద నుంచి సరంజామాని దింపాను.

నా సామాన్లను నాకు దగ్గరగా ఉంచుకుని, నిద్రపోతున్న వారి వైపు తిరిగాను. వాళ్ల దగ్గరికి చేరాను, వాళ్ళని ఓరగా చూస్తూ, వాళ్ళలాగే నిద్రకి ఉపక్రమించాను.

బూట్లు విప్పేసాను, తడి బట్టలని విప్పి ఆరేసాను. నాకు దగ్గర్లో నిద్రిస్తున్న ఓ సైనికుడి నుంచి దుప్పటిని కాస్త నా వైపుకి లాక్కున్నాను. నా తలని, నా భుజంలో కొంత భాగాన్ని గోడకి ఆనించాను. గొంతుక్కూర్చున్నట్లుగా మోకాళ్ళని పొట్టకి దగ్గరగా చేర్చాను.

ఈ భంగిమలో నిద్రపోవడం అసౌకర్యంగా ఉంది. కానీ గత్యంతరం లేదు. వాళ్ళ దుప్పట్లను నేను కాస్త లాక్కోవాలంటే, నేను కూడా వాళ్ళలానే పడుకోవాలి. నిద్రపోతున్న ఓ సైనికుడి ముఖం నాకు దగ్గరగా ఉంది, అయితే అటువైపు తిరిగి ఉంది. అతని పాదం నా పాదానికి సమీపంలో, దుప్పటి బయట ఉంది. నల్ల బూటూ, ఆకుపచ్చ సాక్సు... విచిత్రంగా అనిపించింది. అతనికి నిద్రాభంగం కలగకుండా, మెల్లగా దుప్పటిని నావైపు లాక్కున్నాను. నేను దుప్పటి పంచుకున్న సైనికుడి ఆకుపచ్చ సాక్సు ప్రకాశవంతమైన రంగు నా

మనసంతా నిండిపోయింది.

నేనింకా చిన్నవాడినే. జీవితం గురించి పూర్తి వివరాలతో తెలుసుకుంటున్నవాడిని. ఈ పైపై విషయాలకి భవిష్యత్తులో ఏమైనా విలువ ఉంటుందేమోగానీ ప్రస్తుతానికి నాకు సరదాగా తోస్తోంది.

"ఇటువంటి దుస్తులు వేసుకున్న ఈ సైనికుడు ఆ ఆకుపచ్చ రంగు సాక్స్ ఎలా వేసుకున్నాడు?" నాలో నేనే అనుకున్నాను.

ఆ రంగు నాకు నిజంగానే చిరాకుని కలిగించింది. అది ఉజ్వలమైన రంగు, నాపై చాలా ప్రభావం చూపింది.

రాత్రంతా నాకు కలతనిద్రే అయ్యింది. ఫిరంగి గుళ్ళ చప్పుళ్ళకి, బాంబు పేలుళ్ల శబ్దాలకు మెలకువ వస్తునే ఉంది. దూరంగా ఎక్కడో రోదనలు, అరుపులు విన్నాను. యుద్ధం, చావు దృశ్యాల పీడకలలు, బతికున్న సైనికుల శబ్దాలతోనూ, మోర్స్ చప్పుళ్ళతోనూ కలగలిసిపోయింది. నిద్రపట్టిన కాసేపటికే నేను విషాదకరమైన, ఒకదానికొకటి సంబంధం లేని కలల్లోకి జారుకుంటాను. కాసేపు నిద్ర వస్తుంది, మరి కాసేపటికే తేలిపోతుంది. నన్ను అమితంగా ఆకట్టుకున్నది ఏంటంటే - నాకు సమీపంలో ఉన్న సైనికుడి ఆకుపచ్చ రంగు సాక్సు! అతని ముఖం చూద్దామంటే అతను నా వైపు తిరగడం లేదు. అసలు కదలను కూడా కదలడం లేదు. ఒణకడం లేదు, గురక పెట్టడం లేదు. ఓ మాట కూడా మాట్లాడలేదు. నా ఉనికే పట్టనట్లున్నాడు.

రాత్రి గడుస్తునే ఉంది, అతని ముఖం చూడాలన్న ఉబలాటం నన్ను ఊరుకోనివ్వడం లేదు. అతను ఏ మాత్రం లొంగలేదు.

తెల్లవారాకా కళ్ళు తెరిచాను. అక్కడంతా కాంతి పరచుకుంటోంది. ఫిరంగుల మోత అప్పుడే కాస్త సర్దుమణిగింది. సైనికులు నా ముందు నుంచి వెడుతూ, మాట్లాడుకుంటున్నారు. కానీ ఆ ఆకుపచ్చ సాక్సు సైనికుడు మాత్రం కొంచెం కూడా కదల్లేదు. అతనే కాదు, అక్కడే గోడని ఆనుకుని, దుప్పటి పంచుకుని పడుకున్న మరో ఐదుగురు కూడా. అక్కడున్న ప్రతీదీ కదులుతోంది, మాట్లాడుతోంది. కానీ నాకు ముఖాముఖంగా ఉన్న వీరు మాత్రం కించిత్తు

కూడా కదల్లేదు. కొద్ది క్షణాల తర్వాత, నాకిష్టం లేకపోయినా, చేయి చాచి, అతన్ని కొద్దిగా కదిపాను.

"సోదరా.... సోదరా..."

పలుకూ లేదు, కదలికా లేదు. మేమిద్దరం ఎదురెదురుగా ఉండేట్లు అతన్ని కొద్దిగా కదిపాను.

అతను అప్పుడే పడుకున్నట్లుగా ఉంది. అతని ముఖం నిశ్చలంగా ఉంది. కదలికలు లేవు, కొద్దిగా పాలిపోయినట్లుంది. అతని కళ్ళు సగం తెరిచి ఉన్నాయి. నోరు కాస్త తెరుచుకుని ఉంది. అతని నల్లని జుట్టు నుదురు మీద పడ్తోంది. అతని వయసు సుమారుగా ఇరవై సంవత్సరాలు ఉండొచ్చు.

అకస్మాత్తుగా కలిగిన భయం నన్ను దాదాపుగా చంపేసింది. లేచి నిలబడి, నిరసన తెలియజేస్తున్నట్లుగా అరిచాను "రాత్రంతా నన్ను శవాల పక్కన ఎందుకు పడుకోనిచ్చారు?"

"వాళ్ళు చనిపోయారని నీకు చెప్పడానికి సందేహించాను. నువ్వు భయపడతావనే చెప్పలేదు. యుద్ధరంగంలోకి రావడం నీకిదే మొదటిసారి కదా..." అన్నాడు కార్పోరల్.

⚜

నా సొంత చావు కన్నా, ఓ చనిపోయిన సైనికుడిని చూడడం మరింత భయంకరమైనదని ఆ క్షణంలో నాకు తెలిసింది. మన చావుని మనమెప్పుడూ చూడలేము. ఓ చనిపోయిన వ్యక్తిని చూడడం మనకి మన మర్త్యత్వాన్ని గుర్తు చేస్తుంది. నవజాత శిశువు ముఖం.. ఓ స్త్రీకి జీవితపు ప్రహేళికని జ్ఞప్తికి తెచ్చినట్లు, మరొకరి చావు మనకు మృత్యువు మర్మాన్ని స్ఫురింప చేస్తుంది,!

నేను కూడా ఇలాగే అంతమవుతానా - ఈ చల్లటి శవంలా...? చచ్చిన తర్వాత నేను ఈ మనుషుల కోసం ఏ మాన్యత వదిలి వెడతాను?

యుద్ధంలో మరణించడంలో ఎటువంటి ఘనతా లేదు, అది ఓ పవిత్ర కార్యమూ కాదు. ఆ యువ సైనికుడి ముఖం - యుద్ధంలో మా ప్రమేయమనే - దుర్మార్గాన్ని వెల్లడి చేసింది. ఈ దుర్ఘటన కేవలం మరణానికి సంబంధించినదైతే... ఇంత వ్యాఖ్యానం అవసరం లేదు. కానీ ఇది మనం పవిత్రీకరణం చేయాలని చూస్తున్న కిరాతకానిది.

నన్ను నేను ప్రశ్నించుకుంటాను: మరణం అంటే కేవలం చనిపోవడమే అయినప్పుడు మా చావులని వీరోచిత చర్యలుగా ఇతరులెలా మార్చేస్తారు? చిన్నప్పటి నుంచి మనం చూస్తున్న- భయంగొల్పే ఓ సమాధిని - మతపరంగానూ, జాతీయంగానూ పవిత్రమైనదిగా ఎలా మారుస్తారు...? ముఖ్యంగా మరణం అంటే కేవలం చనిపోవడమే తప్ప ఇంకేమీ కానప్పుడు. దాన్ని ఓ ఆచారంగా, ఘనకార్యంగా ఎలా మారుస్తారు?

మనం చనిపోతామనే విషయం నన్ను భయపెట్టదు. నన్ను భయపెట్టేదల్లా యుద్ధ సమయంలో చావు ఓ పవిత్ర కార్యంలా మారిపోవడమే. జీవితం ఓ శవంలా మారి, గోడకి ఆనుకొని, పూడ్చిపెట్ట బడడానికి పార, గునపం కోసం వేచి ఉంటుంది. రణంలో మరణం - చాలా అరుదుగా- యుద్ధాన్ని ఖండించేందుకు ఉపకరించే జ్ఞానంగా - మారుతుంది. కానీ దీనికి విరుద్ధంగా చావు ఓ గొప్ప పనిగా భావించబడుతోంది, యుద్ధాలను సుదీర్ఘ కాలం కొనసాగేలా చేస్తోంది, మరిన్ని యుద్ధాలకు దారితీస్తోంది.

ఈ విధంగా, ఆ యువకుల మరణాల గురించి ఎటువంటి కన్నీళ్ళు, అలజడి లేకుండా ఆలోచిస్తూ, బురదలో చెత్త కుప్పల్లా పడేసి ఉన్న ఆ శవాలని చూసినప్పుడు - నా తోటి సైనికులు ఆ శవాల పక్కన ఒకే దుప్పటి కప్పుకుని నన్నెందుకు నిద్రపోనిచ్చారో నాకు అర్థమయింది.

ఈ నిర్జీవమైన ముఖాలు మీకు తెలిసిన నాగరిక ప్రపంచంతో పూర్తిగా సంబంధం తెగిపోయినవి. ఇక్కడున్న వీళ్ళంతా తమ చావు కోసం ఎదురుచూస్తున్నవాళ్ళే. కొన్నాళ్ళయ్యాక నేను కూడా ఆ యువ సైనికుల్లానే విగత జీవుడనవుతాననే సైనికులు నన్ను చూసి నవ్వారు. క్రమంగా, నా నోరు కూడా, మూఢత్వంతోనూ, ఓరిమితోనూ... చనిపోయిన ప్రతీ ఒక్కరి నోరులా తెరుచుకుంటుంది. నేను కూడా సమాధి కోసం, పార, గునపం కోసం ఎదురుచూస్తాను....

11

గ్రామసీమల్లో మంత్రిగారి పాదయాత్ర

మూలకథని నేపాలీ భాషలో నయన్‌రాజ్ పాండే "చాక్లెట్" అనే పేరుతో రాయగా, ప్రసిద్ధ నేపాలీ జర్నలిస్ట్ వీణా పున్ "కాండీ" అనే పేరుతో ఆంగ్లంలోకి అనువదించారు.

ఆంగ్ల అనువాదం సుప్రసిద్ధ వెబ్‌జైన్ 'వర్డ్స్ వితవుట్ బోర్డర్స్'లో సెప్టెంబర్ 2014 సంచికలో ప్రచురితమైంది.

తెలుగు అనువాదం 9 నవంబర్ 2014 నాటి ప్రజాశక్తి దినపత్రిక, ఆదివారం అనుబంధం సోపతిలో ప్రచురితమైంది.

నా వాహనం పజేరోని జిల్లా కేంద్రంలోనే వదిలేసి - నేను, నా పి.ఎ. కాలినడకన బయల్దేరాం. అది గ్రామీణ రహదారి. ఎక్కడ చూసినా దుమ్ము.. ధూళి... దారుణమైన దుర్గంధం... పెంటా పేడా...

గ్రామాలు ఎందుకింత చెత్తగా తయారయ్యాయి?

నేను మా గ్రామం వైపు నడుస్తున్నాను. ఎన్నికలలో గెలిచిన తర్వాత నాయకులు తమ ఊర్లని మర్చిపోతూంటారని జనాలు తరచూ ఫిర్యాదు చేస్తూంటారు. అటువంటి వాళ్ళ నోళ్ళు మూయించాలనుకుంటున్నాను. ఎన్నికలలో గెలిచి, రాజధానికి వెళ్ళాక, మా ఊరికి నేను రావడం ఇదే మొదటిసారి. నేనేదో కొత్త ప్రాంతంలో ఉన్నట్లు అనిపించింది. నా జేబులో కొన్ని చాకెట్లున్నాయి. అక్కడ పిల్లలకి వాటిని పంచుతాను.

"మంత్రిగారూ, బహుశా మనం దారి తప్పినట్లున్నాం..."

"ఓ, అవునా." అని తేలికగానే అన్నా, పి.ఎ. ఈ విషయం చెప్పగానే కొంచెం కంగారు పడ్డాను. చుట్టూ చూసాను.

"మెయిన్ రోడ్డు సల్లాఘరీ గ్రామం దగ్గర విడిపోతుంది.. కాని మనం ధర్మాపూర్ గ్రామంలో ఉన్నాం..." చెప్పాను నుదుటిమీద చెమట తుడుచుకుంటూ.

"ఓ పని చేద్దాం సార్. ఇక్కడున్న ఈ జాడల్ని పట్టుకుని సల్లాఘరీకి వెడదాం. ఇది దగ్గర దారిలా ఉంది..." చెప్పాడు పి.ఎ. నేను తలూపాను.

ఈ గ్రామం అంటే నా పి.ఎ.కి ఇష్టంలా ఉంది. అతని సలహా పాటించి నేను అక్కడి జాడలని అనుసరించాను. పైగా ధర్మాపూర్ గ్రామానికి వెళ్ళడం నాకేం ఇష్టం లేదు. అక్కడే నాకు అతి తక్కువ ఓట్లు వచ్చాయి. మొత్తం మూడు వందల ఓట్లు.. అంతే!

"దొంగవెధవలు.. అరవై వేలు నొక్కేసారు..." అంటూ లోలోపల ధర్మాపూర్ గ్రామస్తులని తిట్టుకున్నాను. "ఈ ఏడాది బడ్జెట్‌లో ఈ గ్రామానికి ఒక్క రూపాయి కూడా రాకుండా చూస్తాను..." అని మనసులో శపథం చేసుకున్నాను.

నేను మనసులో అనుకున్నా, నా అంతరంగాన్ని పసిగట్టినట్లుగా... "అవును సార్. ఈ గ్రామానికి మనం బడ్జెట్‌లో నిధులు ఇవ్వద్దు.." అన్నాడు పి.ఎ.

నాకు విసుగొస్తోంది. ఈసారి మేము సల్లాఘరీ దాటి వెళ్ళిపోయాం.

ప్రస్తుతం చిత్రాపూర్ గ్రామం సరిహద్దులో ఉన్నాం.

"మూర్ఖుడా.. మనం ఈ ఊరిలో అడుగుపెట్టలేం... ఊర్లోకి వెడితే వెంటపడి తంతారు..." అన్నాను.

ఈ మాటలు అనగానే పి.ఎ. నిలువెల్లా వణకసాగాడు. "మన మీద మెరుపుదాడి జరిగే ప్రమాదం ఉన్నట్లుంది... మనం సల్లాఘరీ వెళ్ళిపోదాం సర్..." అన్నాడు. పాంటు తడిపేసుకునేంతగా భయపడుతున్నాడు.

మళ్ళీ రోడ్డెక్కాం. సల్లాఘరీ దారిలో నడుస్తున్నాం. వారి గ్రామంలో కొత్తవాళ్ళని చూసినట్లున్నారు, కొంతమంది పిల్లలు మా వెంటే రాసాగారు. జేబులో ఉన్న చాక్లెట్‌లు తీసి వాళ్ళకిచ్చాను.

***

మెయిన్ రోడ్ విడిపోయిన చోట ఊరు ఉంది.. కాని అది సల్లాఘరీ గ్రామమో లేక బంశ్‌ఘరీ గ్రామమో నాకు సరిగ్గా తెలియలేదు. ఈ రెండు ఊర్లకి నేను పొరపాటు పడ్డాను. చేసేందేం లేక గ్రామంలోకి నడిచాము.

సల్లాఘరీ సర్పంచ్ నన్ను చూస్తునే చేతులు నులుముకుంటూ స్వాగతం పలికాడు.

"మంత్రిగారూ, రాకరాక మా ఊరొచ్చారు. కాస్త టీ తాగి వెళ్ళండి..." అన్నాడు.

రాజధాని వదిలి వచ్చాకా, మొదటిసారిగా చేతులు నులుముకుంటూ మాట్లాడే వ్యక్తిని చూస్తున్నాను. నా హృదయం తేలికపడింది.

"మీ గ్రామంలో ఏ సమస్యలున్నాయి?" అని సర్పంచ్‌ని అడిగాను.

"మంచి నీరే అతి పెద్ద సమస్య..."

"కాస్త ఓపిక పట్టవయ్యా. కంగారు పడకు. మనకి ఐదేళ్ళ సమయం ఉంది. మీ ఊరే మునిగిపోయేంత నీటి సౌకర్యం కల్పిస్తాను..." అని చెప్పాను. మనసులో మాత్రం.." అన్ని సౌకర్యాలు ఊరికే కావాలంటే ఎలా వచ్చేస్తాయి?" అని అనుకున్నాను. అతని చేతిలో కొన్ని చాక్లెట్లు పెట్టి బయల్దేరాను.

కాస్త దూరం వెళ్ళాక, పి.ఎ.పై విరుచుకుపడ్డాను.

"ఏంటయ్యా ఇది, ప్రతీసారీ తప్పుదారిలో నడిపిస్తున్నావు..." అని కోపంగా అరిచాను.

"సార్. ఇటువైపు రావడం ఇదే నాకు మొదటిసారి. నాకు దారి తెలియదు. మీరు ఇక్కడే పుట్టి పెరిగారు కదా, దారి మీకు బాగా తెలిసే ఉంటుందని అనుకున్నాను. పైగా ఈ నియోజక వర్గం నుంచే మీరు ఎన్నికల్లో గెలిచారు.." అన్నాడు.

కాస్త సిగ్గుగా అనిపించింది. "సర్లే, ఏం పరవాలేదు. అదిగో అటు వైపు నడు. అలా వెడితే మా గ్రామం వస్తుంది..." అని గర్వంగా పి.ఎ.కి చెబుతూ నడక కొనసాగించాను.

గ్రామంలోకి ప్రవేశిస్తుండగా, "చూసావా.. ఇదే బంశ్‌ఘరీ గ్రామం" అన్నాను పి.ఎ.తో. కాని నేను పప్పులో కాలేసాను. అది బంశ్‌ఘరీ గ్రామం కాదు. దండూగావ్ అనే ఊరు.

ఓ మంత్రిగా ఉంటే ఎదురయ్యే సమస్యలేంటో నాకు బాగా అర్థమయ్యాయి. తన సొంత గ్రామానికి దారి ఎటో ఎవరిని అడగలేడు మంత్రి. మళ్ళీ ఈ సారి వచ్చినప్పుడు మాప్ తెచ్చుకోవాలని నిర్ణయించుకున్నాను. నా పి.ఎ.కి ఈ ఆలోచన చెప్పాను. అద్భుతమైన ఆలోచన అంటూ మెచ్చుకోలుగా తలూపాడు. మేము నడుస్తూనే ఉన్నాం కానీ చేరాల్సిన ఊరు మాత్రం చేరడం లేదు. మాప్ తెచ్చుకోవాలనే ఆలోచన ఎంత ప్రశస్తమైనదో, ఎంత అవసరమో నాకు బాగా అర్థమైంది.

ఇంకో ఊర్లో ప్రవేశించాం. రచ్చబండ దగ్గర కొంతమంది జనాలున్నారు.

"1990లలో ప్రజాస్వామ్య ఉద్యమాన్ని మీరు ఈ ఊరినుంచే మొదలుపెట్టారు..." చెప్పాడో వృద్ధుడు. ఈ సమాచారం ఏమార్చేలా ఉంది.

"అవును కదూ.." అన్నాను. నిజానికి ఇవన్నీ నేనెప్పుడో మరిచిపోయాను. కానీ కాదని తోసిపుచ్చలేను. నా సమస్య మరీ తీవ్రమైంది. ఇది కూడా మా ఊరు కాదు. గుడ్డిలో మెల్ల ఏంటంటే ఇవన్నీ నా నియోజక వర్గంలోని గ్రామాలే.

"కాగితం కలమూ తీసుకో..." అంటూ పి.ఎ.ని ఆదేశించాను.

మేము తిరిగిన గ్రామాల పేర్లు వ్రాయించాను.

"ఓహ్.. మంత్రిగారు... ఇన్ని గ్రామాలలో పాదయాత్ర చేసారు... ఇది అద్భుతమైన వార్త అవుతుంది సర్..." చెప్పాడు పి.ఎ. ఉత్సాహంగా.

ఇదీ నా దూరదృష్టి.

నడుస్తున్న కొద్దీ రోడ్డు విశాలం అవుతోంది. అమ్మయ్య ఎట్టకేలకు మా గ్రామానికి చేరుతున్నామని అనుకున్నాను. కాని ఇప్పుడు కూడా నా అంచనా తప్పింది. వేరే గ్రామంలో ప్రవేశించాం.

భగభగా మండుతున్న భానుడి ప్రతాపం నాకు ఎయిర్ కండీషనర్‌ని గుర్తు చేసింది. నా వాహనం పజేరోని జ్ఞాపకం చేసుకున్నాను. సెక్రటేరియట్‌లో నా ఛాంబర్‌ని తలచుకున్నాను.

ఉన్నట్లుండి నాలో బెంగ మొదలైంది. నేను లేని సమయంలో - సహాయ మంత్రి - ఉన్న ఉద్యోగాలను తన వాళ్ళతో నింపేసుకుంటాడేమో! మొత్తం కమీషన్లన్నీ అతనికే పోతే?

అమ్మో!

"గ్రామం ముఖ్యమా? దేశం ముఖ్యమా?" అని అడిగాను పి.ఎ.ని.

"నిస్సందేహంగా దేశమే సర్.." అన్నాడు పి.ఎ. భావోద్వేగంతో.

"అయితే, రాజధానికి పోదాం పద"

"అలాగే అయ్యా. ఓ గ్రామం కోసం వెతికి సమయం వృథా చేసుకునే కన్నా, ప్రజాసేవ చేయడం కోసం రాజధానికి మళ్ళడమే మంచిది.."

మేము రాజధానికి వెళ్ళే రోడ్డు వైపు తిరిగాం.

దారిలో ఓ చోట మరికొందరు పిల్లలు కనబడ్డారు. జేబులో ఉన్న చాకెట్లు వారికి ఇచ్చాను.

గ్రామం పొలిమేరల్లోకి వచ్చాం. జేబులోని తాయిలాలు అయిపోయాయి.

12

రైల్లో కరాచీకి...

మూల కథని ఆంగ్లంలో రఫీక్ ఇబ్రహీం వ్రాసారు. మూల కథ 'ట్రయిన్ టు కరాచీ' అనే పేరుతో ఇండియన్ రివ్యూ అనే వెబ్‌సైట్‌లో ప్రచురితమైంది.

తెలుగు అనువాదం 6 డిసెంబర్ 2015 నాటి వార్త దినపత్రిక ఆదివారం అనుబంధంలో ప్రచురితమైంది.

లాహోర్ నుంచి కరాచీకి విమానంలో కాకుండా రైల్లో వెళ్ళాలనుకున్నాను. రెండో తరగతి ప్రయాణీకుల స్థితిగతులు ప్రత్యక్షంగా చూడాలనుకున్నాను. సూపర్ ఎక్స్‌ప్రెస్‌లో మూడో నెంబరు బోగీలో నాకు సీటు దొరికింది. ఆకాశంలో మెరుపులు మెరుస్తూ, ఉరుములతో కూడిన జల్లులు పడుతుండగా, రైలు గట్టిగా కూతపెడుతూ ప్లాట్‌ఫారం నుంచి కదిలింది. రైలు చాలా నెమ్మదిగా వెడుతోంది, ఏ ఇతర ఎక్స్‌ప్రెస్ రైలుతో పోల్చినా దీని వేగం బాగా తక్కువనే చెప్పచ్చు. బోగీ మొత్తం జనాలతో నిండిపోయింది. రిజర్వేషన్ ఉన్న వాళ్ళు తమ తమ సీట్లలో కూర్చున్నారు. మరి కొంతమంది సీట్లకి పక్కగా నేల మీద, కొందరేమో టాయ్‌లెట్ల దగ్గర కూలబడ్డారు. దాంతో అసలు నడవడానికే వీలు లేకుండా ఉంది, అంతేకాదు టాయ్‌లెట్‌కి వెళ్ళాలన్నా కుదరడం లేదు.

చిన్న పిల్లలున్న ప్రయాణీకులు తమ తమ సీట్లలో, సీట్ల పక్కన, సీట్ల కింద దుప్పట్లు, మెత్తలు పరిచి పిల్లల్ని నిద్రపుచ్చడానికి ప్రయత్నిస్తున్నారు. కాసేపటికే అక్కడంతా గందరగోళంగా తయారైంది. పడుకున్న చోటే ఓ పిల్లాడు కక్కుకున్నాడు, ఇంకోడు ఉచ్చ పోసాడు. గంట - గంటన్నర ప్రయాణం పూర్తయ్యిందో లేదో బోగీ అంతా పరమ చెత్తగా తయారైంది. మనిషి అనే వాడేవడూ భరించలేనంతగా! ఇంతలో ఓ టిటిఇ మా బోగీలోకి వచ్చి టికెట్లను పరీక్షించసాగాడు. నెంబరు 54 సీట్లో కూర్చున్న పొడవాటి, బలిష్ఠుడూ, పిల్లికళ్ళున్న నడివయసు వ్యక్తిని సమీపించాడు టిటిఇ. అతని హావభావాల్లో ఏదో అసహజత్వం! ఆ ఆసామిని టికెట్ చూపించమని అడిగాడు. సాధారణ తరగతి టికెట్ చూపించాడా వ్యక్తి. ఆ సీట్ ఖాళీ చేసి సాధారణ బోగీలోకి వెళ్ళమని చెప్పాడు టిటిఇ. కొద్దిసేపు వాదనలయ్యాక, టిటిఇని పక్కకి తీసుకువెళ్ళాడు సీట్ నెంబరు 54 ఆసామి. కొన్ని క్షణాల తర్వాత వచ్చి మళ్ళీ అదే సీట్లో కూర్చున్నాడు. ఇప్పుడది అతనికే కేటాయించబడింది. బోగీలో ఉన్న చెత్త గురించి ఏ మాత్రం పట్టించుకోకుండా నవ్వుకుంటూ, అటూ ఇటూ తిరిగాడు టిటిఇ. తర్వాతి స్టేషన్‌లో దిగిపోయాడు.

పంజాబ్ ప్రాంతంలో వర్షాలు గనుక పడకపోయింటే.. ఉక్కపోతా, దుమ్ముతో వాతావరణం చాలా దారుణంగా ఉండేది. సీట్ నెంబరు 54 ఆసామి చుట్టూ చూశాడు. ఒడిలో ఓ చిన్న బాబున్న ఓ యువతిపై అతని దృష్టి నిలిచింది. ఆమెది కిటికీ పక్క సీటు. ఆమెనే చూడసాగాడు. ఆ యువతి తలెత్తి పైకి

చూడగానే తననే చూస్తున్న సీట్ నెంబరు 54 ఆసామి కనబడ్డాడు. ఉలిక్కిపడి తలదించుకుని, తల మీద ఉన్న చున్నీని సరిచేసుకుంది. అతను తనకేసే ఎందుకలా చూస్తున్నాడో అర్థంకాక బుర్ర బద్ధలు కొట్టుకుంటూందని నాకు తెలుసు.

రాత్రి గడుస్తోంది. జనాలు నిద్రపోడానికి ప్రయత్నిస్తున్నారు. సీట్లు ఎంత అసౌకర్యంగా ఉన్నాయంటే, కేవలం నిద్రబోతులు మాత్రమే వాటిమీద కునుకు తీయగలరు. నడుం ఆన్చుకునే సీటుకి అమర్చిన చెక్కపలకలు శరీరానికి ఇబ్బందిగా ఉన్నాయి. అయినా నడుం ఆన్చుకునే స్థలంలో చెక్క పలకలు అమర్చడంలోని ఔచిత్యం నాకు అర్థం కాలేదు. వాటి వల్ల హాయి లేకపోగా, ఎంతో అసౌఖ్యంగా ఉంది.

రైలు ఎన్నో స్టేషన్లలో ఆగుతూ, నెమ్మదిగా వెడుతోంది. వాతావరణంలో వేడిమి, ఉక్కపోత వల్ల బోగీలోని కిటికీలన్నీ తెరిచే ఉన్నాయి. కిటికీ పక్క సీటులోని యువతి తలెత్తి సీట్ నెంబరు 54 ఆసామి కేసి చూసింది. అతను ఇంకా ఆమెకేసే చూస్తున్నాడు. అతని మీద నాకు బాగా కోపం వస్తోంది. విపరీతబుద్ధిగల మనిషిలా అనిపిస్తున్నాడతను. ఇంత రోతగా ఉన్న వాతావరణంలో కూడా ఓ అందమైన స్త్రీని చూడాలన్న తన కోరికని అణుచుకోడానికి అతను ప్రయత్నించకపోవడం నాకు చిరాకు కలిగించింది. మరీ ఇంతగా దిగజారిపోవాలా? ఇలాంటి మనుషులు అసలు బతకడమే దండుగ. వీళ్ళ వల్ల సమాజానికి ఏం ప్రయోజనం? ఏ ఒక్కరి జీవితంలోనైనా కొద్దిపాటి వెలుగుని నింపగలరా వీళ్ళు? బహుశా ఇలాంటి ఆలోచనలే ఆ యువతి మనసులోనూ మెదులుతున్నాయేమో... సీట్ నెంబరు 54 ఆసామి కేసి క్రోధంగా చూసింది.

తల తిప్పుకుని, పిల్లాడితో ఆడుకుంది కాసేపు. ఏదో స్టేషన్ వస్తున్నట్లుంది.. నాకు తెలిసిన ఊరే... ఖనేవాల్ స్టేషన్‌లోని దీపాలను గుర్తుపట్టాను. రైలు నెమ్మదిగా అగింది. అంతే ఒక్కసారిగా నా మనసులో ఒకప్పటి మధుర స్మృతులు మెదిలాయి. మేము అమెరికాలో స్థిరపడక ముందు, నేను, నా కుటుంబం తరచూ రైలులో ప్రయాణం చేసేవాళ్ళం. ఖనేవాల్ స్టేషన్లో బండి ఆగినప్పుడల్లా నా కూతురు ప్లాట్‌ఫారం మీద ఉన్న స్టాల్ నుంచి మట్టి బొమ్మలు, పింగాణి పాత్రలు కొనుక్కురమ్మని గొడవ చేసేది. అర్థరాత్రి అయినా కూడా నేను, మా అమ్మాయి బోగీ లోంచి కిందకి దిగి బొమ్మలు కొనుక్కుని, అక్కడి టీ కొట్టులో మట్టి పిడతలో టీ తాగి మళ్ళీ రైలెక్కేవాళ్ళం. సమయం రాత్రి రెండు గంటలయింది. నేను కిందకి దిగాను. ఒకనాటి చక్కని జ్ఞాపకాలను రెండు దశాబ్దాల తర్వాత

మళ్ళీ ఆస్వాదించాలనుకున్నాను. టీ కొట్టు దగ్గర నిలబడి టీ తాగుతూండగా ఇద్దరు పొడవాటి మోటు మనుషులు నాకిరువైపులా నిలుచున్నారు. వాళ్ళు నన్ను తేరిపార చూస్తున్నట్లనిపించింది. నేను టీ కొట్లో డబ్బులివ్వడం చూసినట్లున్నారు..

"మర్యాదగా నీ జేబులోని పర్సు తీసి ఇచ్చేయ్..." అన్నాడొకడు. మాట్లాడకుండా జేబులోంచి పర్స్ తీసి ఇచ్చేసాను. రెండో వ్యక్తి నా వాచీని సొంతం చేసుకున్నాడు. మరు క్షణంలో పరుగులంకించుకుంటూ, "హేపీ జర్నీ..." అంటూ అరిచి అదృశ్యమైపోయారు. ఓ క్షణం పాటు బిత్తరపోయాను. ఓ వెర్రి నవ్వు నవ్వుకున్నాను. గతంలోని మధుర స్మృతులను మరల అనుభూతి చెందడానికెన్నడూ ప్రయత్నించకూడదని అర్థమయింది. ఎందుకంటే - ఆ ప్రయత్నం చేస్తే - ఆ స్మృతి శాశ్వతంగా చెదిరిపోయే ప్రమాదం ఉంటుంది. మధుర స్మృతులను భద్రంగా మనసులో ఉంచుకోడమే ఉత్తమం.

నేను కలవరానికి లోనయ్యాను, డబ్బు, వాచీ పోయినందుకు కాదు. ఓ అందమైన జ్ఞాపకాన్ని పోగొట్టుకున్నందుకు! నేను బాగా తెలివైన వాడిని కాకపోయినా, మరీ మూర్ఖుడనేం కాదు. పర్సులో వంద రూపాయల నోట్లు కొన్నే ఉంచుకున్నాను. మిగతా డబ్బులు, డాలర్లు, క్రెడిట్ కార్డులు, ఇంకా ఇతర గుర్తింపు కార్డు మొదలైన వాటిని భద్రంగా సాక్సులలో దాచుకున్నాను. ఆ వాచీ కూడా చవకదే... షికాగోలోని కెమార్ట్‌లో నాలుగు డాలర్లకి కొన్నాను. టీ తాగడం పూర్తి చేసి, వచ్చి బోగీలో నా సీట్లో కూర్చున్నాను. సాక్సుల్లోంచి డబ్బు బయటకి తీసి మా అమ్మాయికి బొమ్మలు కొనేంత సాహసం చేయలేకపోయాను.... అయినా ఇరవైలలో ఉన్న మా అమ్మాయి ఇప్పుడా బొమ్మలని ఏం చేసుకుంటుంది? పైగా తనే ఇద్దరు మగపిల్లలకి తల్లి అయ్యాకా?

రైలు కదిలింది. సీట్ నెంబరు 54 ఆసామి ఇంకా ఆ యువతికేసే చూస్తున్నాడు. ఆమె ఒడిలోని పిల్లాడు ఆడుకుంటూనే ఉన్నాడు. పాపం ఆమెకి నిద్ర ముంచుకొస్తున్నట్లుంది... తూగుతోంది. కొద్ది క్షణాల తర్వాత ఆమె ఒడిలోని పిల్లాడు నెమ్మదిగా ఊసలు లేని ఆ కిటికి ఎక్కాడు. ఒక కాలు బైట పెట్టాడు. అంతే.... సీట్ నెంబరు 54 ఆసామి పులిలా ముందుకు దూకాడు. బయటకి పడిపోక ముందే ఒక్క ఉదుటన పిల్లాడిని లోపలికి లాగాడు. మెలకువగా ఉన్న జనాలు హాహాకారాలు చేసారు. ఈ గొడవకి ఆ యువతికి నిద్ర తేలిపోయింది. కంగారు పడింది... కాని జరిగిందేమిటో అర్థమై స్థిమితపడింది.

"ఇదిగో అమ్మా నీ బిడ్డ!" అన్నాడు సీట్ నెంబరు 54 ఆసామి పిల్లాడిని

ఆమెకి అందిస్తూ. "చంటి పిల్లలతో ప్రయాణం చేస్తున్నప్పుడు... అందునా ఊసలు లేని కిటికి పక్కన కూర్చున్నప్పుడు చాలా జాగ్రత్తగా ఉండాలి. కిటికిలోంచి బయటకు వెళ్ళడానికి ఎప్పుడు అవకాశం దొరుకుతుందా అని నీ కొడుకు ఎదురు చూస్తున్నాడు, అందుకే చాలా సేపటినుంచి వాడికేసే చూసున్నాను..." అని చెప్పి అతను అక్కడ్నించి కదిలాడు. ఏమనాలో అర్థం కాక ఆమె మూగబోయింది. నాదీ అదే పరిస్థితి.

నిజానికి ఆ మనిషి పసిబిడ్డ ప్రాణాలు కాపాడాడు. ఎదుటి వ్యక్తిలోని భావాలను లేదా ఉద్దేశాలను మనం ఎన్నటికీ ఖచ్చితంగా తెలుసుకోలేమనే వాస్తవం ఆ క్షణంలో నాకు చెంపపెట్టులా తోచింది. ధూర్తుడిలా అనిపించిన ఆ వ్యక్తి నిజానికి ఉత్తముడు! ఆ యువతి తను తెచ్చుకున్న మంచి నీళ్ళ సీసాలోంచి ఓ గుక్కెడు నీళ్ళు తాగింది. లేచి సీట్ నెంబరు 54 ఆసామికి కృతజ్ఞతలు చెప్పాలని చూసింది. కాని అతను సీట్లో లేడు. అటూ ఇటూ చూసింది గాని, అతనెక్కడా లేడు. రైలు ముందుకు సాగిపోయింది. తెల్లవారుతుండగా, డ్రిఘ్ రోడ్ స్టేషన్‌లో ఆమె దిగిపోయింది. సీట్ నెంబరు 54 ఆసామి కోసం మళ్ళీ వెతికింది కానీ అతను కనపడలేదు. "అన్నా, మీకు ఆయన కనబడితే, నా తరపున కృతజ్ఞతలు తెలియజేయండి" అని అంది నాతో. తలూపాను నేను.

కరాచీ కంటోన్మెంట్ స్టేషన్లో దిగేముందు బోగీ అంతా వెతికాను... కాని అతను మాత్రం కనపడలేదు....

13

చీకటి

మూలకథని పర్షియన్ భాషలో హొస్సేన్ మోర్తెజాయిన్ అబ్కేనార్ రాశారు. సారా ఖలీలి ఆంగ్లంలోకి అనువదించారు. ఆంగ్ల అనువాదం 'ఎ స్లయిస్ ఆఫ్ డార్క్‌నెస్' పేరిట వర్డ్స్ వితవుట్ బోర్డర్స్ అనే సాహిత్య వెబ్‌సైట్‌లో నవంబరు 2017 సంచికలో ప్రచురితమైంది.

తెలుగు అనువాదం 7 జనవరి 2018 నాటి నవ తెలంగాణ దినపత్రిక వారి ఆదివారం అనుబంధం సోపతిలో ప్రచురితమైంది.

చీకట్లో నిలుచున్నట్లుగా అనిపిస్తోంది అతనికి.

ఏ చప్పుళ్ళూ లేవు. అంతటా చీకటీ, నిశ్శబ్దమూ. అతనికీ ఏమీ కనిపించడం లేదు, ఎందుకంటే అతని కళ్ళకి గంతలు కట్టి ఉన్నాయి. అతనలా నిలుచునే ఉన్నాడు, ఎదురుచూస్తూ. చాలా సేపటి నుంచి. గంటల కొద్దీ... అక్కడ అలా నిలుచోడం అలవాటైన పోయినట్లుగా నిలుచుని ఉన్నాడు. కాలం సాగుతోంది. గంతల వెనుకగా అది అతని కళ్ళలోకి జారింది, అక్కడ్నించి చెవుల్లోకి, తలలోకి! అతని శరీరం - మౌనం, చీకట్లతో నిండిపోయింది.

అతని చేతులు ముందుకి కట్టేసి ఉన్నాయి. సాలిటరీ కన్‌ఫైన్‌మెంట్ రూమ్ నుంచి జైలు గార్డు అతన్ని చేయి పట్టుకుని ఈ గదికి తీసుకొచ్చాడు. తమ గది నుంచి కుడివైపుకి ఓ పొడవాటి కారిడార్ గుండా నడిచినట్టు అతను గ్రహించాడు. చాలా దూరం నడిచినట్టు, అక్కడ చీకటి నిండి ఉన్నట్టు అతనికి తోచింది. కుంటుతూ మోకాళ్ళపై నడవాల్సి వచ్చింది. తనని ఈ గది దాకా తీసుకువచ్చి గార్డు వెళ్ళిపోయాడు. భారీ ఇనుప తలుపు పెద్ద చప్పుడుతో మూసుకుంది. లోహపు ప్రతినాదం అతని వెనుకా, అతని లోపలా ప్రతిధ్వనించింది.

ఇప్పుడు అతనికి ఎదురుగా చీకటి. నిశీధితో ముఖాముఖి. అతను దానిమీదే నిల్చున్నాడు. అదే తనను ముందుకీ వెనక్కీ తోస్తున్నట్లుగా భావించాడు. కాస్త దూరంలో ఎక్కడ్నించో ఓ కళేబరం నుంచి కుళ్ళిన కంపు వస్తోంది. ఆ గదిలో ఇంకెవరో ఉన్నట్టు అతనికి అనిపించింది కానీ, ఏ సవ్వడీ లేదు. అతని అరికాళ్ళు వాచిపోయాయి, పచ్చిగా ఉన్నాయి. సరిగ్గా నిలబడలేకపోతున్నాడు. అతనికి ఇప్పటికీ నొప్పిగా ఉంది. అతని మోకాళ్ళు వంగిపోయాయి, నడుం ఒంగిపోయింది, మెడ వంగిపోయింది. నేల మీద కూర్చోవాలని అనుకుంటున్నాడు, వెల్లికిల పడుకోవాలనుకుంటున్నాడు, బోర్లా పడుకోవాలనుకుంటున్నాడు.

సాలిటరీ కన్‌ఫైన్‌మెంట్‌లో పడేసేముందు వాళ్ళు అతని కాళ్ళని మంచం కోడుకి కట్టేసి, ఓ తీగతో అతని కాళ్ళపై కొట్టారు. అతను గట్టిగా అరిచాడు.. కేకలు పెట్టాడు. అరవగలిగినంత గట్టిగా అరిచాడు. అరిస్తే నొప్పి తగ్గుతుందని ఎవరో చెప్పగా విన్నాడు. కాని నొప్పేమీ తగ్గలేదు. కాళ్ళు వాచిపోయాయి. గాయాల నుంచి ఇంకా రసీ, రక్తమూ కారుతూనే ఉన్నాయి. తన సెల్‌లో అతను గాయలతో అటూ ఇటూ నడిచాడు. బాధతో నిట్టూరుస్తూ నడిచాడు. ఒక అడుగు, మరోకటి... నెమ్మదిగా, జాగ్రత్తగా... ఆ గదంతా మూల్గుతూ తిరిగాడు. కొరడా దెబ్బలు తిన్నాక నడవక పోతే, పాదాలు వాస్తాయని అతనెప్పుడో విన్నాడు.

ఏడు గంటల వార్తలు ❁ కొల్లూరి సోమ శంకర్

అతని పాదాలు వాచిపోయాయి.

అక్కడ ఎవరో ఉన్నట్లనిపిస్తోంది, కాని ఏ చప్పుడూ రావడం లేదు. కొరడా దెబ్బలు, సాలిటరీ కన్‌ఫైన్‌మెంట్ తర్వాత వాళ్ళు చెప్పారు.... విచారణకి సమయం ఆసన్నమైందని! వెయిటింగ్ రూమ్... రిగ్రెట్ రూమ్... హాజీ సయీద్ గది!

కాలం స్తంభించిపోయినట్లుంది. అది పగలో రాత్రో తెలియడం లేదు. బాగా చలిగా ఉందతనికి.

కాగితం చిరు సవ్వడి విన్నాడతను. మెత్తని చప్పుడుతో చిన్న కదలిక. నిశ్శబ్దం ఎంత తీవ్రంగా ఉందంటే - అదెక్కడి నుంచి వచ్చిందో అతను చెప్పలేకపోతున్నాడు. అన్ని వైపుల నుంచి కమ్ముకొచ్చినట్టుంది. ఎవరో కుర్చీ నుంచి లేస్తున చప్పుడు విన్నాడు. మెత్తని ప్రతినాదం ఏదో తన వైపు వస్తున్నట్టు అనిపించింది. చెప్పులను ఈడ్చుకుంటూ నడుస్తున్న ధ్వని. తర్వాత మళ్ళీ నిశ్శబ్దం. తనని ఎవరో గమనిస్తున్నట్టుగా తోచింది అతనికి. ఓ క్షణం పాటు ఆ చీకట్లో తన పిడికిలిని బిగించాడు.

చీకటి అడిగింది "నీ పేరేమిటి?"

ఆ స్వరం అతని చెవుల్లో గట్టిగా ప్రతిధ్వనించింది. అతని కింది పెదవి వణికింది. లోతుల్లోంచి అతని గొంతు సమాధానం చెప్పింది "మోర్తజా".

"గట్టిగా చెప్పు" చీకటి అరిచింది.

ఓ చీకటి హస్తం అతన్ని చాచి కొట్టింది. గట్టిగా. అనూహ్యంగా. అతని చెంపలపై మంటగా ఉంది. నొప్పితో విలవిలలాడాడు, నేలపై పడిపోయాడు. అతని చెవులు మారుమ్రోగుతున్నాయి. నిశ్శబ్దం మాయమైంది. అతని చేతులు కట్టేసి ఉండడం వల్ల, అతను మెల్లగా ఒక వైపు తిరిగి భుజం ఆసరాతో లేచి నిలబడాలనుకున్నాడు. కాని లేవలేకపోయాడు. వెల్లికిల పడిపోయాడు. ఈసారి మరింత కష్టపడి భుజం, మోచేయి సాయంతో లేచి మోకాళ్ళ మీద కూర్చోగలిగాడు. అతని ఎడమ చెవిలో ఇంకా రొదగానే ఉంది. అతని చొక్కా కాలర్ పట్టుకుని పైకి లేపింది చీకటి. అతను మడమలపై నిలుచున్నాడు. అతని మోకాళ్ళు వంగి ఉన్నాయి. అతని నడుం వంగిపోయింది.

చీకటి అతన్ని మెడపట్టుకుని ఓ వైపుకి బలంగా తోసింది. అతని ముఖాన్ని ఓ చల్లని కాంక్రీట్ గోడకి అదిమిపెట్టింది. ఆ గోడ చాలా గరుకుగా ఉంది.

"ముక్కు గోడకి ఆనించు!"

పాదాలను ఈడ్చుకుంటూ అతను నెమ్మదిగా వెనక్కి నడిచాడు. గోడ ముతక వాసనొస్తోంది.

"నిన్ను ఇక్కడికి ఎందుకు తీసుకొచ్చారు?" కాస్త దూరం నుంచి చీకటి అడిగింది.

ఆ స్వరం పాతదిగా తోచిందతనికి.

"నాకు తెలియదు" చెప్పాడతను.

"నీకు తెలియదా?... ఆహా..."

తన మాటలని తానే ధ్రువీకరించుకున్నట్లుగా అంది చీకటి.

"నిన్నిక్కడికి ఎందుకు తీసుకొచ్చారని అనుకుంటున్నావ్?"

అతను మౌనంగా ఉండిపోయాడు.

"నువ్వు ఏం పని చేస్తావు? నీ ఉద్యోగం ఏంటి?"

ఈ సారి ఆ గొంతులో కాస్త దయ.

"నేను వ్రాస్తూంటాను."

"రాస్తావా?.. ఓహెూ... కుడి చేత్తోనా ఎడమ చేత్తోనా?"

అలా ఎందుకు అడిగాడో అతనికర్థం కాలేదు.

"కుడి చేత్తోనే రాస్తాను... కానీ నాది ఎడమచేతి వాటం."

చీకటి కొన్ని వాక్యాలను గట్టిగా పైకి చదవసాగింది – "రాజకీయనాయకుడి ఫొటో పోస్టల్ స్టాంపు సైజు కంటే పెద్దగా ప్రింటవుతోందంటే, నియంతృత్వపు ప్రమాదం పొంచివున్నట్టే...".. "ఊ... ఆసక్తికరం"

అటువంటి భారీ చిత్రాలు ఇక్కడ కూడా ఉండే ఉంటాయని అనుకున్నాడతను. పోస్టల్ స్టాంపుల కన్నా బాగా పెద్దవి... పెద్ద ఫ్రేములో అమర్చినవి... తప్పనిసరిగా ఒకటి ఉండే ఉంటుంది. చీకట్లో వేలాడదీసి ఉంటారు. చీకట్లో మేకు కొట్టి, ఆ ఫ్రేమ్‌ని వేలాడదీసి ఉంటారు.

"ఈ నబకోవ్ ఎవరు? అతను నీకు తెలుసా?.... అబ్బా పేరు పలకడం కష్టంగా ఉంది."

అతనేమీ మాట్లాడలేదు.

"ఓహ్... ఇది పాతదే... ఏదో ఇంటర్వ్యూలా ఉందే.. నువ్వేనా ఇది రాసింది?"

కాగితం మడతలు పడుతున్న శబ్దం వినబడింది.

"నేను సెన్సార్షిప్ కి లొంగను!... నిజంగా?"

జవాబేం చెప్పాలో అతనికి అర్థం కాలేదు.

"దీన్ని.... నువ్వే రాశావా?"

అతనేమీ మాట్లాడలేదు.

"అవునా?"

ఆ గొంతు దగ్గరికి వచ్చింది.

"నేను నిన్నో ప్రశ్న అడిగాను: ఇది నువ్వే రాశావా?"

చీకటి వెనుక నుంచి అతని తలని పట్టుకుని గోడకేసి బలంగా కొట్టింది.

"చెత్త నా కొ....."

గరుకు కాంక్రీటు గోడకి అతని ముఖం గుద్దుకుంది. ఓ క్షణం పాటు చీకటి ఎర్రగా మారింది.

అతని ముక్కు మొద్దుబారిపోయింది. కట్టేసిన చేతులతో ముక్కుని తాకితే, అతనికి అక్కడ స్పర్శ తెలియలేదు. నోటి పైన ఏదో వెచ్చగా తగిలింది. వెచ్చని పలచని ద్రవం వాచిన అతని పెదవులపై నుంచి నెమ్మదిగా క్రిందకి జారింది.

"వాళ్ళిచ్చిన కాగితాలపైన నువ్వెందుకు సంతకం చేయలేదు?"

అతని కింది పెదవి మళ్ళీ ఒణికింది.

"ఎందుకంటే వాళ్ళు రాసింది నిజం కాదు....."

అతను రక్తం రుచి చూశాడు.

"నేనక్కడ లేను.... వాళ్ళెవరో నాకు తెలియదు... నేను గూఢచారిని కాదని చెప్పాను... "

"ఓహో.. వాళ్ళెవరో నీకు తెలియదా? నిజమా... మరి అక్రమ సంబంధాల మాటేమిటి? నీకే సంబంధాలు లేవని చెప్పుకుంటున్నావుగా...?"

"నాకే అక్రమ సంబంధాలు లేవు."

"ఏదో ఒక దాన్ని నువ్వు ఒప్పుకోవాలి... నీ ఇష్టం.... నువ్వు సంతకం

చేయాలి... అంతే... వేరే మార్గం లేదు. అలా చేస్తేనే నువ్వు బయటపడతావ్."

అతను మౌనంగా ఉండిపోయాడు. కాసేపయ్యాక, "నా వల్ల కాదు..." అంటూ గొణిగాడు.

కాసేపు నిశ్శబ్దం. "నీవల్ల కాదా... అదీ చూస్తా..." అంది చీకటి.

ఉన్నట్టుండి, తన వైపు ఎవరో వస్తున్న బూట్ల చప్పుడు అతను విన్నాడు. అప్పుడే అతనికి అర్థమైంది, ఆ గదిలో మరొక వ్యక్తి కూడా ఉన్నాడని. బహుశా అతనిని ఇక్కడికి తీసుకువచ్చిన జైలు గార్డు అయ్యుంటాడు. పక్కగా నిలబడి ఆజ్ఞల కోసం ఎదురుచూస్తున్న వారికెవరికో చీకటి సైగ చేసినట్టుంది.

ఎలా జరిగిందో అర్థమయ్యే లోపే అతను ఒక్క ఊపులో తోయబడ్డాడు. నేల కూలాడు. అంతే, ఒక్కసారిగా బూట్లు అతనిపై విరుచుకుపడ్డాయి. కుడి, ఎడమల నుంచి నిర్దాక్షిణ్యంగా పొట్టలోనూ, పక్కటెముకలోనూ, ముఖం మీదా, కాళ్ళ మీదా, వీపు మీదా తన్నసాగాయి. ఇద్దరు వ్యక్తులు అతన్ని కొడుతున్నట్టుగా ఉంది.

బాధతో విలవిలలాడుతున్నాడతను. చీకట్లో దొర్లుతున్నాడు. మళ్ళీ ఏదో చేతి సైగ అందుకున్నట్టుగా... బూట్లు తన్నడం ఆపాయి. గదిలో మరో వైపుకి వెళ్ళిపోయాయి.

కాసేపు మళ్ళీ నిశ్శబ్దం. అతను ముడుచుకుపోయి ఉన్నాడు. చీకటి విసిరిన పంజా దెబ్బకి గిలగిలలాడుతున్నాడు. ఒక పన్ను విరిగి, ఆ ముక్క నాలికపై పడింది.

చిన్న ధ్వని వినిపించింది!

విరిగిన దంతాన్ని, నాలుకతో పెదవుల మూలకి తోశాడతను.

"మోర్తాజా.... కనీసం దేవుడి కోసమైనా.... నా మీద దయతలచు...."

అది మెహ్రీ స్వరం! నేల వైపు నుంచి తలెత్తి చీకటి వైపు చూశాడు.

"వాళ్ళేం చెబితే అది చెయ్... దేవుడి కోసమైనా ఒప్పుకో....

ఆమె దుఃఖం ఆగడం లేదు.

"మోర్తజా నేను బాధతో చచ్చిపోతున్నాను... నా మీద దయతలచు..."

చిన్న ధ్వని మళ్ళీ వినిపించింది!

మెహ్రీ స్వరం ఇక వినిపించడం లేదు.

"పాపం ఆమె నీ గురించి ఎంతో బెంగగా ఉంది..."

అతని గుండె వేగంగా కొట్టుకుంటోంది. కాగితాల కదలిక చప్పుడు మళ్ళీ వినిపించింది.

"ఇప్పుడు.... వీటి మీద సంతకం చేయాలనిపిస్తే... లే... నా దగ్గరకి రా..."

అతను మోచేతులతో సాయంతో లేచి, మోకాళ్ళపై కూర్చున్నాడు. అలాగే సగం నక్కి ఉన్నాడు.

"లేవడానికి నా సాయం కావాలా?"

అతని చెవుల్లో ఇంకా మైత్రీ మాటలే మారుమోగుతున్నాయి. 'బాధతో నన్ను చంపేస్తున్నావ్...'

అతని తల వాలిపోయింది. చీకటి నేల వాసన తెలుస్తోంది. విరిగిన దంతాన్ని నాలుక బయటకి లాగింది. థూ... అని ఉమ్మాడు.

మళ్ళీ చీకటి చేతి సైగ అందుకునే బూట్లు అతనివైపు నడిచాయి. ఓ చేయి అతన్ని రెక్కలు పట్టుకుని లేపడానికి ప్రయత్నించింది. అతను విదిలించుకోడానికి ప్రయత్నించాడు. అతనికి నిలబడాలని లేదు.

బూట్లు ధరించిన వ్యక్తి... బహుశా జైలు గార్డు అయ్యుండచ్చు.... చీకటి కేసి చూసినట్లున్నాడు. తర్వాత ఏం చేయమంటారన్నట్టుగా ఉన్నాయోమో ఆ చూపులు. ఆదేశాల కోసం ఎదురుచూస్తున్నట్టు... దూరంగా వెళ్ళమన్నట్టు చీకటి సైగ చేసినట్టుంది... బూట్లు దూరంగా వెళ్ళి నిలుచున్నాయి.

మళ్ళీ నిశ్శబ్దం. అతని పెదవులపై దురదగా ఉంది. తల వేలాడిపోతోంది. అతని ముఖం కట్టేసిన చేతులకు సమీపంలో ఉంది. నోటిలో రక్తం యొక్క ఉప్పదనం అతని ఇంకా తెలుస్తోంది.

ఖణ్‌మన్న శబ్దం!

లోహమేదో నెమ్మదిగా ఖంగుమంటున్న శబ్దం విన్నాడతను.

ఖణ్!

ఆ శబ్దం దేన్నుంచి వస్తోందో అతనికి అర్థం కాలేదు. రెండు లోహపు ముక్కలు ఒకదాన్ని మరొకటి తాకితే వచ్చే చప్పుడులా ఉందది.

నిశ్శబ్దం మరింత ఎక్కువయింది.

మధ్యమధ్యలో చిన్నగా ఖణ్‌మనే శబ్దం వినబడుతూనే ఉంది.

కుర్చీ కిర్రుమనడం తెలుస్తోంది. ఆ చీకట్లోనే దూరంలోని చెప్పులు తన వైపు రావడం అతను గ్రహించాడు.... గట్టిగా నొక్కసాగాయా చెప్పులు... ఎముకలు విరిగిపోయేటంతగా...

ఖణ్!

మళ్ళీ ఖణ్‌మన్న ధ్వని వినబడింది. ఈ సారి మరింత దగ్గరగా... చెవి పక్కనే!

"నువ్వు... నేర్చుకోవాలి... సంతకం పెట్టమని అడిగినప్పుడు.... పెట్టాలి."

ఖణ్!

"ఏదేమైనా సరే...."

ఆ శబ్దం... ఇనుప పటకారు లేదా కటింగ్ ప్లయర్ ఇనుప కొసలను తాటిస్తే వచ్చే చప్పుడు లాంటింది.

చెమటతో కలిసిన గాఢమైన 'టీ రోజ్ కొలోన్' వాసన బలంగా సోకింది.

"ఏ చేత్తో రాస్తానని చెప్పావు.... కుడి చెయ్యి కదా..."

అతని చేతి ఎముకలు విరుగుతున్నాయి.

ఖణ్!

చల్లని ఆ ఇనుప వస్తువు... పటకారు లేదా కటింగ్ ప్లయర్ కొస అతని మధ్య వేలిపై నిలిచింది.

"నీ ముందు ఏ కాగితం పెడితే దానిపై సంతకం చేయడం నువ్వు నేర్చుకోవాలి."

ప్లయర్‌ని గోరు మీద నొక్కింది చీకటి. గాయం... బాధ....

"నువ్వు నేర్చుకుంటావు.... ప్రతీ ఒక్కరు నేర్చుకుంటారు..."

ఇంకా గట్టిగా గుంజింది చీకటి. నొప్పి తీవ్రమైంది. గోరు కింద మంట మొదలయింది.

"నువ్వు వేగంగా నేర్చుకుంటావు.... చాలా తొందరగా నేర్చుకుంటావు..."

కటింగ్ ప్లయర్ కొస అతని వేలి గోరుపై భాగాన్ని పట్టుకుంది. అతని

వేలు వణుకుతోంది. తన వేలి నుంచి గోరుని పూర్తిగా బయటకి లాగేస్తున్న భావన అతనికి కలిగింది.

"ఆమె నిన్ను ఎంతగా బ్రతిమాలుకుందో విన్నావుగా..."

క్రమంగా అతని అరచేయి, చేయి, భుజం కూడా వణకసాగాయి.

"ఆమె ఏడుపు నువ్వు విన్నావుగా...?"

గోరుని వేలి నుంచి వేరుచేసినందువల్ల కలిగిన నొప్పి శరీరమంతా వ్యాపించింది.

"ఎందుకు? .... ఇలా ఎందుకు చేస్తున్నావ్ మొర్తజా?"

అతనికి ఊపిరి ఆడడం లేదు. గరగర మంటున్నాడు.

చీకటి ప్లయర్‌ని మెల్లగా గుంజింది. కుదురు నుంచి తన గోరు బయటకి వచ్చేసినట్టనిపించిది అతనికి.

మళ్ళీ నిశ్శబ్దం ఆవరించింది. అతని మొత్తం శరీరం ఆ వేలుగా, ఆ సలిపే గోరుగా మారిపోయింది.

"నువ్వు నేర్చుకుంటావ్..." మెల్లిగా అంది చీకటి.

గోరుని లాగి పడేశాడు.

తన మొండెం నుంచి భుజం వేరయిపోతున్నట్టు అనిపించింది. హఠాత్తుగా అక్కడున్న చీకటంతా తెరిచి ఉన్న అతని నోటి నుంచి ప్రవహించింది.

14

ఉద్యోగం పోయింది

మూల కథని కజక్‌లో జౌరె బతయెవా వ్రాశారు, షెల్లీ ఫెయిర్‌వెదర్ – వెగా ఆంగ్లంలోకి అనువదించారు. ఆంగ్ల అనువాదం 'డిస్మిస్డ్' పేరిట 'వర్డ్స్ వితవుట్ బోర్డర్స్' అనే సాహిత్య వెబ్‌సైట్‌లో జనవరి 2018 సంచికలో ప్రచురితమైంది.

తెలుగు అనువాదం 18 ఫిబ్రవరి 2018 నాటి నవ తెలంగాణ దినపత్రిక వారి ఆదివారం అనుబంధం సోపతిలో ప్రచురితమైంది.

నా గుండె బేజారైపోయింది. ఎంట్రన్స్ హాల్‌లోని నోటీసుబోర్డులో మా స్కూలు ప్రిన్సిపల్ బ్లిజ్‌నెవా ఓ నోటీస్ వేలాడదీయించింది. "కార్మిక నియమాలను ఉల్లంఘించినందుకు 'కజక్ లాంగ్వేజ్, ఎథ్నిక్ లిటరేచర్' టీచర్‌గా పనిచేస్తున్న షైనర్ సగిమన్‌ని ఉద్యోగం నుంచి తొలగించడమైనది" అని ఉందా నోటీసులో. మే నెల మధ్యలో తీసేయడమా? నా వెనక నిలుచున్న పదకొండో తరగతి మగపిల్లలు ముసిముసిగా నవ్వుతున్నారు. ఈ నోటీసుని అందరికీ కనబడేలా ప్రదర్శించాల్సిన అవసరం ఏముంది? ఆ బోర్డు కేసి చూస్తుండగా సెక్రటరీ నవ్వుతూ వచ్చింది. "హలో, షైనర్! ప్రిన్సిపాల్ నిన్ను కలవాలనుకుంటున్నారు!" అని చెప్పింది.

భారీ శరీరపు బ్లిజ్‌నెవా తన టేబుల్ వెనుక కూర్చుని ఉంది. అప్పటిదాక తాగిన సిగరెట్ పీకని యాష్‌ట్రేలో నులుముతూ.. "ఆర్డర్ చూశావా?" అడిగింది.

"ఆఁ"

"ఈ చర్యకి కారణాలేమీ చెప్పక్కర్లేదని అనుకుంటున్నాను"

"అక్కర్లేదు"

"సరే, శుభం! కానీ ఓ విషయం గుర్తుంచుకో. ఇలాంటి ధోరణితో నువ్వెక్కడా పని చేయలేవు.."

"మీ శుభాకాంక్షలకు ధన్యవాదాలు"

"మరియా అలెక్‌సీవ్నా నీకు రావల్సిన జీతం లెక్కగట్టి అందిస్తుంది. గుడ్ బై"

తలుపుని గట్టిగా మూసి, నాలో నేను అనుకున్నాను – 'ఈ బోడి జీతం ఇవ్వకపోతే, నేనేం చచ్చిపోను'. కాని నాలోని ధిక్కార స్వరం కాసేపటికే మాయమైంది. నేనెందుకు క్షమాపణలు చెప్పలేదు? ఆమె తన మనసు మార్చుకునేదేమో?

ఈమధ్య ఒకరోజు పదకొండో తరగతి పిల్లలు పాఠం చెప్పకుండా నన్ను అడ్డుకున్నారు.

"కజక్ ఎవరికి కావాలి? మేమంతా ఎలాగో రష్యాకి వెళ్ళిపోతున్నాం. ఇంగ్లీషు నేర్చుకోడానికి అవకాశం ఉన్నప్పుడు కజక్ ఎవరు నేర్చుకుంటారు?"

అంటూ వాదించారు. అది సిలబస్‌లో భాగమనీ, ఈ విషయంలో నేను చేయగలిగింది ఏదీ లేదని నేనన్నాను. వాళ్ళు బాగా గొడవ చేశారు. నాకు విసుగొచ్చి, క్లాస్‌రూమ్ లోంచి బయటకి వచ్చి వైస్-ప్రిన్సిపల్ ఆఫీసుకు వెళ్ళాను.

"నటాల్యా నికోలయెవ్నా, దయచేసి పిల్లలతో మాట్లాడండి. నేను పాఠాలు చెప్పాలంటే అనువైన వాతావరణం ఉండాలి కదా! ఎన్ని రోజులు వాళ్ళ ఫిర్యాదులనుంచి కాపాడుకుంటూ పాఠాలు చెప్పాలి? పరీక్షలు ఇంకా ఎన్నో రోజులు లేవు..."

"పదిహేను మంది పిల్లల్ని నియంత్రించలేకపోతే, అసలు నువ్వు పాఠాలు చెప్పడం ఎందుకు? విద్యార్థులకు సరిపోయే బోధనా పద్ధతిని అనుసరించడమే 'పెడగోగి' అని నీకు తెలియదా?"

అంత దారుణమైన, నిజం కాని జవాబు ఆమె ఎందుకిచ్చిందో నాకర్థం కాలేదు. ఈ స్కూల్‌లో రష్యన్ నేర్చుకుంటున్న పిల్లలు నా పాఠాలకి అడ్డొస్తున్నారని మా ఇద్దరికీ తెలుసు. నోటిదాకా వచ్చిన కోపాన్ని అణుచుకుంటూ, వీలైనంత ప్రశాంతంగా సమాధానం చెప్పాను.

"నాకు పెద్దగా అనుభవం లేదు. అందుకే మీ సహాయం కోసం వచ్చాను. నాతో పాటు మీరు క్లాస్‌రూమ్‌లోకి వస్తే తప్ప నేను అక్కడికి వెళ్ళను..."

నటాల్యా నికోలయెవ్నా నాకేసి కోపంగా చూసింది, కాని తన చోటునుంచి కదల్లేదు. నేను అక్కడే కూర్చున్నాను. నా క్లాస్ టైం ముగిసేదాకా నేను అక్కడ్నించి కదల్లేదు. సందేహం లేదు, ఈ సంగతి నటాల్యా ప్రిన్సిపల్ బ్లిజ్‌నెవాకి చెప్పే ఉంటుంది.

నాకు రావల్సిన జీతం 6000 టెంజిలు జూన్ నెల మధ్యలోగాని ఇవ్వలేమని స్కూల్ ఎకౌంటెంట్ మరియా అలెక్సీవ్నా చెప్పింది. ఇది నిజంగా దుర్వార్తే. టీచర్‌గా నాకొచ్చే జీతంలో చాలా భాగం నేను ఇంగ్లీషు నేర్చుకోడానికి ఫీజుగా ఖర్చు చేసేశాను. నా రోజువారీ ఖర్చులకు గ్రాడ్యుయేట్ స్కూల్ వాళ్ళిచ్చే స్టయిపండ్‌ని వాడుకుంటాను. స్టయిపండ్ ఏప్రిల్ నెల నుంచి ఆగిపోయింది. వెంటనే నేనో కొత్త ఉద్యోగం వెతుక్కోవాలి. మినీబస్సులకి డబ్బు వృథా చేయకుండా, ఊరంతా కాలినడకనే తిరిగాను. "నేను కజక్, రష్యన్ పాఠాలు చెప్పగలను. ఈమధ్యే లిటరేచర్‌లో గ్రాడ్యుయేట్ ప్రోగ్రామ్ పూర్తి చేశాను. నేను పాఠాలు చెప్తాను.

కొద్దిగా ఇంగ్లీషు కూడా వచ్చు..” ఇలా సాగే నా ప్రకటన ఎవరికీ నచ్చలేదు. విశిష్ట సందర్భాలలో ధరించే నా ప్రత్యేకమైన చెప్పులు, మామూలు చెప్పుల్లా మారిపోయాయి, నా పాదాలని ఇబ్బంది పెడుతున్నాయి. 2000 టెంజిలకి శాండల్స్ కొనుక్కున్నాను. అల్లికలున్న లెదర్ స్ట్రాప్స్‌తో, వేళ్ళు కనబడేలా, మధ్యస్తంగా ఉన్న హీల్స్‌తో ఆ చెప్పులు అందంగా ఉన్నాయి.

ఇంటికొచ్చాకా బ్లూ స్కర్ట్‌లోకి మారి ఆ చెప్పులను వేసుకుని చూశాను. హాల్లోని అద్దం పక్కగా వేగంగా నడిచాను. కొన్ని క్షణాల పాటు నా ఇబ్బందులన్నింటినీ మర్చిపోయాను. ఇంతలో మా ఇంటి యజమానురాలు బయన్ వచ్చింది, నా చెప్పుల కేసి చూసింది.

“కొద్దిగా చవక రకంవి కొనుక్కోవలసింది.. నువ్వు ఇంకా నా అద్దె ఇవ్వలేదు…”

“బయన్, ఇంకొన్ని రోజులు ఆగగలవా? స్కూలు వాళ్ళు జూన్ మధ్యలో గాని జీతం ఇవ్వమంటున్నారు….”

మేమిద్దరం ఒకే స్కూల్లో పనిజేస్తాం. తన అపార్ట్‌మెంట్‌లో ఓ గది అద్దెకిస్తానని మొదట అన్నది బయనే. అద్దె కొంచెం ఎక్కువే అయినా, తనకి కాస్త తోడుగా ఉండచ్చని ఒప్పుకున్నాను. ఆమెకి 38 ఏళ్ళు, పెళ్ళి చేసుకోలేదు. ఒంటరి. అప్పుడప్పుడు మాట్లాడుకునేవాళ్ళం, కాని ఎక్కువ సేపు వాళ్ళ టివిలో బ్రెజిలియన్ సీరియల్స్ చూసేవాళ్ళం.

నేను నా గదిలోకి వచ్చేసరికి నా దృష్టి బల్లమీద కుప్పలా పేరుకుపోయి ఉన్న నా పుస్తకాలు, డిక్షనరీలపై పడింది. నన్ను నేను శాంతపరుచుకోడానికి ప్రయత్నించాను. ఏం పరవాలేదు అంటూ నాకు నేను ధైర్యం చెప్పుకున్నాను. నాకు ఇంకో ఉద్యోగం దొరుకుతుంది. జులియో కోర్టజార్ వ్రాసిన నవల హాప్‌స్కాచ్‌కు సుప్రసిద్ధ రష్యన్ అనువాదం టేబుల్ పైన పడుంది. దాన్ని లైబ్రరీనుంచి తీసుకోడానికి నాకు ఆరు నెలలు పట్టింది, కాని ఇప్పుడిక దాన్ని చదివాలనే ఆసక్తి పోయింది.

జూన్ నెల రెండో వారం వచ్చింది. స్కూల్‌కి ఫోన్ చేశాను.

"మరియా అలెక్సీవ్నా, నేను రావచ్చా?"

"దురదృష్టవశాత్తు... ప్రస్తుతం మా దగ్గర డబ్బు లేదు..."

నా గ్రాడ్యుయేషన్ సందర్భంగా అమ్మ నాకు కానుకగా ఇచ్చిన బంగారు చెవి రింగులు, నెక్లెస్ తీసుకుని తాకట్టు కొట్టుకు వెళ్ళాను. వాటి విలువ 3500 టెంజిలుగా లెక్కకట్టారక్కడ. అది చాలా తక్కువని నాకు తెలుసు. కాని వాటిని అక్కడే ఉంచి, డబ్బులు తెచ్చుకున్నాను, తర్వాత విడిపించుకోగలననే ఆశ ఉంది. రెండు నెలల నుంచి ఇంటద్దె కట్టడం లేదు. ఎవరి దగ్గరైనా అప్పు తీసుకోవాలి? డినా లేదా కార్లాని అడగడానికి ధైర్యం సరిపోవడం లేదు. బోలత్‌ని అడగనా? నా బంగారు అభరణాలు తాకట్టు పెట్టానని చెప్పినప్పుడు అతను ఒక్క మాట కూడా మాట్లాడలేదు. నేను ధైర్యం కూడగట్టుకుని కులిమ్‌ఖాన్ దగ్గరికి వెళ్ళాను.

ఆర్ట్ స్కూల్ నుంచి గ్రాడ్యుయేట్ అయిన తర్వాత కులిమ్‌ఖాన్ ఇన్‌స్టిట్యూట్ ఆఫ్ ఎకనామిక్స్ వాళ్ళ పాత భవనంలో రెండు గదులు అద్దెకి తీసుకుంది. సొంతంగా దుస్తుల వ్యాపారం ప్రారంభించింది. ప్రస్తుతం ఆమెకి సొంతంగా ఓ ఆఫీసు ఉంది, ఎకౌంటెంట్, సెక్రటరీ ఉన్నారు. కులిమ్‌ఖాన్ ఓ సాధారణ కుటుంబం నుంచి వచ్చింది. చదువుకునే రోజులలో క్లీనింగ్ ఉమన్‌గా పనిచేసేది. తొమ్మిది మంది తోబుట్టువుల మధ్య ఆమె ఒక్కర్తే జీవితంలో కాస్త ఎదిగింది. ఇప్పుడు ఇద్దరు చెల్లెళ్ళని చదివిస్తోంది, ఆమె బంధువులంతా ఆమెపైనే ఆధారపడి ఉన్నారు. నేను ఆమె ఆఫీసులోకి అడుగుపెట్టగానే, మేమిద్దరం కౌగిలించుకున్నాం. ఎప్పటిలానే ఆమె నాతో రష్యన్ భాషలో మాట్లాడింది. రష్యన్ పదాలను సరిగ్గా పలకలేకపోయినా ఆమె నాతో రష్యన్‌లోనే మాట్లాడుతుంది. ఆమె సెక్రటరీ టీ పాట్, రెండు కప్పులు తెచ్చి పెట్టింది. మేమిద్దరం కూర్చుని అవీ ఇవీ మాట్లాడుకున్నాం. నా పరిస్థితి గురించి వివరించాను. తన ముందున్న కాగితం మీద బొమ్మని గీస్తూ, నేను చెప్పేది మౌనంగా వింది.

"అన్నీ సర్దుకుంటాయి. నీకో ఉద్యోగం దొరుకుతుంది."

"ఎలా? నాకిక్కడ ఎవరూ తెలియదు. మా అమ్మానాన్నలు దూరంగా ఉన్నారు. అయినా నా సమస్యలతో వాళ్ళని ఇబ్బంది పెట్టడం నాకిష్టం లేదు."

"నిన్ను బాగా చెడగొట్టారు. నువ్వు ప్రైవేటుగా ఇంగ్లీషు టీచర్‌ని పెట్టుకున్నావ్. అది నేను కూడా తట్టుకోలేనంత విలాసం తెల్సా..."

"కాని అది అవసరం అని అనుకుంటున్నాను. 'కాలం నక్క అయితే, నువ్వు వేటగాడివి అవ్వాలి' అన్న సామెత వినలేదా?"

కొన్ని క్షణాలు సంకోచించి, చివరికి అడిగేశా.

"నువ్వు నాకు ఉద్యోగం ఇవ్వచ్చుగా? నాకెందుకు సాయం చెయ్యవు?"

ఆమె పెన్సిల్‌ని వదిలి, కుర్చీలో వెనక్కి వాలింది.

"నిన్ను పనిలో పెట్టుకోమని అడుగుతున్నావా? నీకు కాళ్ళూచేతులు సరిగ్గానే ఉన్నాయిగా, పైగా చదువుకున్నావు. అయినా నన్ను... ఓ పరాయివ్యక్తిని... పని అడుగుతున్నావ్. వెళ్ళి నీ అంతట నువ్వుగా వెతుక్కో, సాధించు. లేదంటే నువ్వు కూడా కుటుంబ బాంధవ్యాలపై ఆధారపడిన పరాన్నభుక్కులలో ఒకదానివా? నువ్వెంతో దృఢమైనదానివని అనుకుంటున్నానిన్నాళ్ళు..."

నేను ఈ జవాబును ఊహించలేదు. విద్యార్థులుగా ఉన్నప్పుడు మేమిద్దరం కలిసి పద్యాలు చదివేవాళ్ళం. మా బృందంలో అందరికంటే ఎక్కువ సున్నితంగా ఉండేది కులిమ్‌ఖానే. కాని లేమిలో పెరగడం వల్ల ఆమెకి ఏడుపులన్నా, తమ మీద తాము జాలిపడేవాళ్ళన్నా తీవ్రమైన విముఖత ఏర్పడింది. వెళ్ళొస్తానంటు గొణిగి, పైకి లేచినప్పుడు ఆమె కళ్ళలో ఎంతో ఏవగింపు కనబడింది.

ఇక ఇప్పుడు నన్ను కాపాడేది ఇంగ్లీష్ ఒక్కటేనని అనిపించింది. ఇంకో అయిదు ఇంగ్లీషు పాఠాలకు గాను నేను ముందుగానే ఇరవై ఐదు డాలర్లు చెల్లించాను. నా దగ్గర ఇక డబ్బు లేకపోవడంతో, ఒక్క క్షణం కూడా వృథా చేయదలచుకోలేదు. వెళ్ళి తదుపరి పాఠం కొనసాగించాలని అనుకున్నాను. సెయింట్ నికోలస్ చర్చి పక్కన ఓ పాడుబడ్డ భవనంవైపు నడిచాను. ఆ భవనంలోకి అడుగుపెట్టినప్పుడల్లా బూజు వాసన నాలో విచారాన్ని నింపుతుంది. ఆ భవనం గతంలో ఏ కార్యలయంగా ఉపయోగపడిందో తెలియదు గానీ, నేల మీద పరిచి ఉన్న ఆకుపచ్చ తివాచీ, సోవియట్ కాలంలో ఈ భవనం ప్రభ వెలిగిపోయిందని సూచిస్తోంది. ఏదైనా మంత్రిత్వశాఖ కార్యాలయమా? అయ్యుండచ్చు!

మా ఇంగ్లీష్ టీచరు పేరు జేమ్స్. ఓ దినపత్రిక ప్రకటన ద్వారా అతన్ని నేను కలుసుకున్నాను. తాను కెనడాకి చెందినవాడినని జేమ్స్ నాతో అన్నాడు.

కాని అతనిది ఏ నైజీరియానో, సౌత్ ఆఫ్రికానో అని నా అనుమానం. అయితే అతనిదే దేశమైనా నాకనవసరం. నేను ఎవరితోనైనా ఇంగ్లీషులో మాట్లాడడమే నాకు అవసరం. ప్రస్తుతానికి, ఐఇఎల్‌టిఎస్ పరీక్ష పాసయి, ఇంగ్లీషు టీచింగ్ సర్టిఫికెట్ పొందడమే నాకు ముఖ్యం. ఇంగ్లీషు టీచర్లకీ మంచి గౌరవం లభిస్తుంది, జీతమూ ఎక్కువే!

నేను గదిలోకి అడుగుపెట్టేసరికి, జేమ్స్ ఓ బాలికకి ఏవో నేర్పుతున్నాడు. వాళ్ళని పలకరించి, వెళ్ళి నా స్థానంలో కూర్చున్నాను. కొత్త పదాలు రాసుకునే నా నోట్సు బయటకి తీసి, పరిశీలించసాగాను. పది నిమిషాలు గడిచాక జేమ్స్ నా దగ్గరికి వచ్చాడు. నాకో ఎసైన్‌మెంట్ ఇచ్చి, మళ్ళీ ఆ బాలిక దగ్గరికి వెళ్ళాడు. వెంటనే నాకర్థమైంది - జేమ్స్ నాకు సైలెంట్ ఎక్సర్‌సైజెస్ ఇవ్వజూస్తున్నాడనీ.

"జేమ్స్... నాకు కేటాయించిన సమయంలో, నువ్వు ఈ అమ్మాయికి ఎందుకు పాఠం చెబుతున్నావు? ఒక్కో పాఠానికి ఐదు డాలర్లు ఇస్తానని చెప్పాగా?"

"నీ పాఠానికి ఈ అమ్మాయికి సంబంధం లేదు. నీకిచ్చిన ఎసైన్‌మెంట్ పూర్తి చెయ్యి"

"నేను సైలంట్ ఎక్సర్‌సైజెస్ చేయడానికి నీకు ఐదు డాలర్లు ఇవ్వలేదు. నాతో మాట్లాడడానికి... నీకు డబ్బులిచ్చింది..."

ఆ అమ్మాయి తల విదిలించింది.

"నీకు సిగ్గుగా లేదా? ఎందుకింత మొరటుగా ప్రవర్తిస్తున్నావు?

వారాల కొద్దీ అణచిపెట్టుకున్న కోపం ఒక్కసారిగా బయటపడింది.

"నా జీతం మొత్తం నీ జేబులో పోసినా నువ్వు పట్టించుకోవు. అతి తక్కువ పెన్షన్ వచ్చే మా అమ్మానాన్నలకి నేనా డబ్బుని ఇచ్చి ఉండచ్చు కదా! లేదా నా కోసమే ఖర్చు చేసుకునేదాని కదా! నేను నీకిచ్చిన డబ్బులకి సరిపోయేలా నువ్వు.... చెప్పడం లేదు."

జేమ్స్ నిర్ఘాంతపోయాడు. నేను కాగితాలని బ్యాగ్‌లో పెట్టుకుని, లేచాను.

"జేమ్స్... నువ్వు నాకు పాతిక డాలర్లు బాకీ..." అని చెప్పి బయటకి వచ్చేశాను.

కులిమ్‌ఖాన్ ఫోన్ చేసింది. తను రూపొందించిన దుస్తులను నేషనల్ కాస్ట్యూమ్స్ ఎగ్జిబిషన్‌లో ప్రదర్శించడం కోసం త్వరలో పోలాండ్ వెళుతోంది. దుస్తుల వివరణని ఇంగ్లీషులోకి అనువదిస్తే, నాకు యాభై డాలర్లు ఇస్తానని చెప్పింది. నేను నా దగ్గరున్న అన్ని డిక్షనరీలని ఉపయోగించి, పదానికి పదం చొప్పున పది చిన్న వివరణలను అనువదించాను. తన డిజైన్లను వర్ణించడంలో కులిమ్‌ఖాన్ ఎంతో ఖచ్చితంగా ఉంది. బహుశా ఈ ఎగ్జిబిషన్ ఆమెకెంతో ముఖ్యమైనది కావచ్చు. ఆమె ఓ నిపుణుడైన అనువాదకుడిని ఎంచుకుని ఉండవచ్చు. కాని నన్ను విశ్వసించింది. అనువాదం అత్యంత నాణ్యంగా ఉండాలి. నా అనువాదాన్ని ఎడిట్ చేయించాలి. జేమ్స్ చేత చేయిస్తే? అతని ఆఫీసుకి వెళ్ళేసరికి జేమ్స్ ఒంటరిగా ఉన్నాడు.

"హలో! ముందు ఎందుకు ఫోన్ చేయలేదు? నువ్వు కొనసాగదలచుకుంటే – మనం నీ పాఠాలని కొత్త తేదీలతో మొదలుపెట్టాలి..."

"ఈ వివరణలని ఎడిట్ చేయించుకోడానికి వచ్చాను."

"నేనే ఎందుకు?"

"నువ్వు నాకు బాకీ ఉన్నావన్న సంగతి గుర్తు లేదా?"

అతని ముందు కాగితాలు పెట్టి, కూర్చున్నాను. జేమ్స్ కాసేపు మౌనంగా ఉండిపోయాడు. కొంతసేపటికి తల విదిలించాడు.

"సరే, రేపు పొద్దున్న వచ్చి తీసుకువెళ్ళు..."

ధన్యవాదాలు చెప్పి బయటకు వస్తుంటే... "పైకొస్తావ్..." అనే అర్థంలో రష్యన్ భాషలో అన్నాడు. నాకు నవ్వొచ్చింది. కానీ నేనున్న ఈ పరిస్థితిలో... నేనెలా పైకొస్తానో నాకర్థం కాలేదు.

చిన్నారి డైనా పుట్టినరోజు వేడుక మూడింటికి ప్రారంభం అవుతుంది. ఆకుపచ్చ, ఎర్రని పూల డిజైన్ ఉన్న పొడవాటి స్కర్ట్, గ్రీన్ టాప్, కొత్త శాండల్స్ ధరించి వెళ్ళాను. అద్దంలో చూసుకున్నా... నాకు నేనే నచ్చేశాను. డైనా వాళ్ళమ్మ మమ్మల్ని ఎప్పుడూ ఆలస్యం చేయమని అంటుంది... సరైన సమయానికే వస్తే మిమ్మల్ని ఎవరూ లెక్కచేయరని అంటుంది. ఈ జ్ఞానాన్ని తప్పనిసరిగా ఏ మహిళా పత్రిక నుంచో గ్రహించి ఉంటుంది. మూడు గంటల అయిదు నిమిషాలకి

నేను అబే-ఆల్బిన్‌సేరీన్ వీధుల మూలలో ఉన్నాను. ఐదు నిమిషాల తర్వాత బోలత్ టాక్సీలోంచి దిగాడు. కళ్ళజోడు తీసి పలకరింపుగా నవ్వాడు.

"చాలా సేపటి నుంచి ఎదురుచూస్తున్నావా?"

"లేదు, లేదు"

డైనా కోసం బోలత్ పువ్వులు తెచ్చాడు. పార్టీలో నేను నా మానసిక పరిస్థితిని దాచాలనుకున్నాను. నా ఉద్యోగం పోయిందని నా స్నేహితులకి చెప్పలేను. వాళ్ళ నిర్లక్ష్య ధోరణి, నవ్వులు నాకు చికాకు కలిగించాయి. బోలత్‌తో కలసి బయటకి వచ్చేశాను.

"వాళ్ళు నన్ను ఉద్యోగంలోంచి తీసేశారు. కావాలంటే ఉద్యోగంలో కొనసాగి ఉండేదాన్నే, కాని క్షమాపణ చెప్పడం నాకిష్టం లేదు."

"మరిప్పుడు ఏం చేస్తావ్?"

"ఏదైనా పని వెతుక్కుంటా"

"హ్మ్... ఎవరైనా ఈ క్రమాన్ని అనుసరిస్తారా అసలు? నువ్వు మొదట ఇంకో ఉద్యోగం వెతుక్కుని ఉండాల్సింది."

నేను వినాలనుకున్నది అతను చెప్పలేదు. అతన్నుంచి ఇంకో రకం ప్రతిస్పందన వస్తుందనుకున్నా: "ఉద్యోగం ఎందుకు వెతుక్కోడం... మనం పెళ్ళి చేసుకుందాం" అని! ఈ క్షణం కోసమే వేచి ఉన్నానేమో అనిపించింది. ఇదే నిజమైతే నా సమస్యలన్నీ ఒక్కసారిగా తీరిపోతాయని అనుకున్నానేమో! అయినా ఇంత సారహీనంగా ఎలా ఉన్నాను? ఉద్యోగం పోతే కాదు, ఆత్మస్థైర్యం పోగొట్టుకుంటే... నేను నిజంగా సమస్యల్లో చిక్కుకున్నట్టు!